உடன்

முதற்பதிப்பு: 2023

First Edition: 2023

Udan

உடன்

Ra. Seshadri

ரா. சேஷாத்ரி

ISBN: 978-93-5695-630-8

Pustaka Digital Media Pvt. Ltd.
#7-002, Mantri Residency,
Bannerghatta Main Road, Bengaluru - 560 076
Karnataka, India
+91 7418555884

உடன்

ரா. சேஷாத்ரி

இன்னும் வாழ்ந்திருக்க வேண்டிய

என் தந்தைக்கு

அணிந்துரை

திருமதி. பாரதி பாஸ்கர்

அன்பு நண்பர் சேஷாத்ரி எங்கள் பட்டிமன்றத் குழுவிற்கு கிடைத்த பெரும் வரம்.

ஐ.டி துறையில் அப்போதுதான் சேர்ந்த இளம் பிள்ளையாக, இன்ஜினியரிங் கல்லூரியிலிருந்து சுடச்சுட வெளியே வந்திருந்த புதுப்புனலாக நாங்கள் சேஷாத்ரியை பார்த்த நாள் கடவுளால் வாழ்த்தப்பட்ட ஒரு நாள்.

கல்யாணமாலை பட்டிமன்றத்துக்கு அவர் தேர்ந்தெடுக்கப்பட்டிருந்தார். எங்களோடு சேர்ந்து அந்த முதல் மேடையில் பேசினார். அனைவரும் சொல்வது போல, 'ரெஸ்ட் இஸ் ஹிஸ்டரி'.

வார்த்தைகளை சரம் சரமாகக் கொட்டும் சண்டமாருதம் அல்ல அவரின் பாணி. எப்போது துவங்கியது என்பதே தெரியாமல், காற்றோடு உள்ளே நுழைந்த ஒரு ராகத்தை நாமும் பற்றிக்கொண்டு கள்ளக்குரலில் முணுமுணுத்து, திடீரென்று அதனை உணர்ந்து திகைப்போமே... அதுதான் அவரின் பேச்சின் பாணி. துவங்குவது தெரியாமல் தொடங்கி, திடீரென்று உச்சங்களுக்குப் போவார். நாமும் அவரோடு எப்போது பயணித்தோம் என்பதே தெரியாமல், அந்த உச்சங்களுக்கு அவரோடு உயர பறந்திருப்போம். திகைத்துத் திரும்பி வருவோம்.

சிந்தனைகளில் துருப்பிடித்த ஆணிகள் மலிந்து கிடக்கும் பழைய பாதைகளை தைரியமாய் புறக்கணித்து, புதுச் சிந்தனைகள் விதைக்கப்பட்டிருக்கும் நவீன வெளிகளில் பயணம் செய்யத் துணிவார். சில வேளைகளில் தோற்றும் விழுவார். 'நான் சரியா பேசல... சீக்கிரமே நிறுத்திக்கிட்டேன்' என்று அடுத்த நாள் ஒத்துக்கொள்ளும் நேர்மையும் அவரிடம் உண்டு.

ஆனால் அடுத்த முயற்சிகளுக்கும் புதுப் பாதைகளைத்தான் தேர்ந்தெடுப்பார்.

அவரின் முதல் கவிதைப் புத்தகம், அவரின் திருமணம் எல்லாவற்றிலும் நடுவர் சாலமன் பாப்பையா உள்ளிட்ட எங்கள் பட்டிமன்றக் குழுவின் ஆசியும் அருகாமையும் உண்டு.

அவரது முதல் நாவல் இது.

நல்ல முயற்சி.

எல்லா நேரமும் சாதனங்களை மட்டுமே பார்த்துக் கொண்டிருக்கும் பல்லாயிரக்கணக்கான ஐ.டி துறை இளைஞர்களின் குரலாக ஒலித்திருக்கிறது இவரது குரல்.

'இப்படி நிறுவனங்களினால் சுரண்டப்பட்டு, ஒரு நாளைக்கு 15 மணி நேரம் லேப்டாப்பை பார்த்துக் கொண்டிருக்கும் முதல் தலைமுறை நாங்கள்தான். இது எங்கள் உடலிலும் உள்ளத்திலும் என்ன ஏற்படுத்தும் என்று இப்போது தெரியாது. எங்களுக்கு அம்பது வயசாகிறப்போ தான் இதனால என்னென்ன நோய்கள் வரும்னு தெரியும்' என்று சொல்லிப் பதற வைக்கிறார்.

கூடவே வரும் கவிஞுனை அவரால் விட முடியாதுதானே...

'நமக்குத் பிடித்தவர்கள், நமக்குத் பிடிக்காததை செய்தால் கூட அவர்களை பிடிக்கத்தான் செய்கிறது...'

'கையில இருக்கறத விட்டாத்தான், புதுசா ஒண்ண பிடிக்க முடியும்...'

'இத்தனை பெரிய பூமியையும் இத்தனை நீண்ட ஆயுளையும் நாம சின்ன வாழ்க்கை வாழ கடவுள் தரவில்லை...'

'காலம் மனிதனிடம் வாழ்க்கை என்னும் கோப்பையை நிரப்பி அனுப்புகிறது...'

புதினம் முழுதும் காலைப் பனியைதூவியது போல் கவிதை வரிகள் அழகழகாய் தூவப்பட்டிருக்கிறது.

படிப்பு, அது முடிந்ததும் வேலை, காதல், திருமணம், ஆன் சைட், வெளிநாட்டு வேலை... அங்கே போனால் பெற்றோரின் மரணத்திற்கு வர முடியாவிட்டாலும், 'அது நியாயம்தானே' என்று நினைக்கப் பழகிவிட்ட சமூக மதிப்பீடுகள்... எல்லாவற்றயும் பற்றிய இன்றைய சாஃப்ட்வேர் இளைஞனின் சலிப்பும் கோபமும் கலந்த குரல்தான் இந்தக் கதை.

நாற்பது வயதை நெருங்கும்போது, ஏதோ ஒரு நாளில், நள்ளிரவில் அப்போதும் முடியாத வேலைக்காக அலுவலகத்தில் உழைக்கும் போதோ, சேல்ஸ் வேலையில் டார்கெட்டுக்காக ஏதேதோ வெளியூர்களுக்கு போகும் நெடும் பயணங்களுக்கு இடையேயோ, திடீரென்று தலையை தூக்கி, வானத்தைப் பார்த்து நெடு மூச்செறிந்து, 'என்ன செய்து கொண்டிருக்கிறேன், என் வாழ்க்கையை...?' என்று தன்னையே திகைப்புடன் பார்க்கும் ஒரு நொடி – இன்றைய எல்லா இளைஞர்களுக்கும் / நடுத்தர வயதினருக்கும் உண்டு.

அந்த நொடியை சேஷாத்ரி ஒரு முழு நாவலாக்கி இருக்கிறார்.

இந்தப் புத்தகம் பேசப்படும்.

'உங்களுக்குத் பிடித்ததை தேடிப்போகும் பயணமே வாழ்வு' என்கிற செய்தியை வைக்கிறார்.

சிந்திக்கவும் வைக்கிறார்.

குறைகள் இல்லை என்பதல்ல. யதார்த்தத்தின் எல்லைகளை மீறிப்போகும் கனவு... அதுவும் இளமைக்கு நல்லதல்ல.

கனவுகளோடு வாழ்வது மட்டுமல்ல, வெற்றிகளோடு வாழ்வதும் தானே வாழ்க்கை? அதனால்தான் மஹாகவி, 'லௌகிகம் பயில்' என்பதை புதிய ஆத்திசூடியில் ஒரு வேதச் சொல்லாக்கினான்.

ஒரு பசுமையான கிராமம், புல்லாங்குழல் ஊதும் சிறுவன், வித்தியாசமான பள்ளி என்னும் புத்தாக்க சிந்தனையை ஏற்றுக்கொள்ளும் பெற்றோர் என்பதெலாம் கூட இன்றைய வாழ்வில் ஒரு எல்டோராடோ சிந்தனைதான்.

திருமணம் முடிக்காமல், மகள்களை, வேலையில்லாத அவர்களின் காதலர்களோடு போவதை தடுக்காத தகப்பன்கள், இளைஞர்களின் கற்பனை கதைகளில் தானே வாழ முடியும்! இங்கும் ஒருவர் அப்படி வருகிறார்!

இப்படி சின்ன சின்ன கேள்விகளும் விமர்சனங்களும் இருந்தாலும், இது ஒரு அறிய முயற்சி என்பதிலேயே இது பாராட்டுக்கு உரியது.

எழுத்து நடையின் ஓட்டத்தில் ஒரு பாய்ச்சல், சிந்தனைகளின் முனைகளை மட்டும் நீவி விட்டு செல்லாமல் நுனி அளவு செல்லும் ஆழத்தின் அழகு... இவற்றையெல்லாம் வரும் காலங்களில் சேஷாத்ரி இன்னமும் வளர்த்துக்கொள்ளுவார்.

கலைமகளின் ஆசி பெற்ற இந்தக் கவிஞனின் கனவுகள் வாழட்டும்... கனவுகளைத் தேடிப் போகும் அவரின் பயணம் சோலைகளில் நடக்கட்டும். நடுவே பாலைகள் வந்தாலும், அங்கும் இனிய மழை பெய்து, அவர் பாதை நனைந்து குளிரட்டும்.

வாழ்த்துக்களுடன்,

பாரதி பாஸ்கர்

சென்னையில், ஒரு மழை நாள், ஞாயிற்றுக்கிழமை மாலை.

முன்னுரை

'இந்த பூமில பொறந்த ஒவ்வொரு மனுஷனுக்கும் ஒரு கனவு இருக்கும்.... அந்த ஒவ்வொரு கனவும் பலிக்கணும்... இந்த பூமிக்குள்ள எந்த ஒரு கனவும் நிறைவேறாம புதைஞ்சிடக் கூடாது... யாரும் ஒரு விரக்தியோட சாகக்கூடாது. எல்லாரும் வாழ்க்கைய மிச்சம் வைக்காம வாழணும்.

இனி இதுதான் என் கனவு பா. இத நிறைவேத்த எடுக்கற முயற்சியாதான் என் வாழ்க்கை இருக்கப் போகுது...'

இதுதான் சத்யாவின் கனவு. சத்யா தன் கனவை வாழ்ந்துப் பார்க்க போவதுதான் இந்த எளிய கதை.

அகத்தின் அழகு முகத்தில் தெரிவதைப்போல... ஆழ்மனதின் ஏக்கங்கள் வெளிமனத்தில் அதிரும். அப்படி அதிர்ந்த ஒருப்பொழுதில்தான் இதை எழுதத்தொடங்கினேன். எழுதுகையில்... மூச்சு வாங்கியிருக்கிறேன். இளைப்பாறியுமிருக்கிறேன்.

ஒரு இயல்பான மொழிநடையில் மனதில் தோன்றிய சிந்தனைகளைக் கதை வடிவில் தர முயன்றிருக்கிறேன்.

விறுவிறுப்பான கதைக்கு வேண்டிய அத்தனை செயற்கை திருப்பங்களும் இதில் இருக்காது. ஏனென்றால் இது வெறும் கதையல்ல. நம் வாழ்க்கை.

நான் பெரிதும் மதிக்கும் சிந்தனையாளர்.. மறைந்த அருமை நண்பர் திரு. எம். சண்முகம் அவர்கள்.. (சிறந்த ஊடகவியலாளர்... படைப்பாளர்) இந்த புத்தகத்தை படித்துவிட்டு.. முன்பு படித்த கவிதை ஒன்று நினைவுக்கு வருவதாக சொன்னார்...

'என் கவிதை

கவிதை மாதிரி இல்லையென்று

எல்லோரும் சொல்கிறார்கள்.

எனக்குப் புரியவில்லை...

எதற்கு என் கவிதை

கவிதை மாதிரி இருக்க வேண்டும்?'.

அதைப்போல் உங்கள் கதையும் மற்ற கதைகளைப்போல் இல்லாததும் பரவாயில்லை. 'இது உங்கள் கதை' என்று சொல்லி முடித்தார்.

சரி, இந்த நாவலில் என்ன இருக்கிறது? இதில் உண்மையிருக்கிறது... உணர்விருக்கிறது... நம் வாழ்வின் சாயல் நிச்சயமிருக்கிறது. முக்கியமாய் நம் தேடலும் இருக்கிறது.

அன்புடன்,

ரா. சேஷாத்ரி.

பகுதி

1

கேள்வி

மலையிலிருந்து நிதானமில்லாமல்
விழும் பொழுது அருவியாகவும்..
நிலத்தில் தடம் பதித்து
ஓடும் பொழுது நதியாகவும்..
இரண்டுமே நீர்தான்

தெளிவில்லாத பொழுது கேள்வியாகவும்..
தெளிந்த பொழுது பதிலாகவும்..
இரண்டுமே எண்ணம்தான்

கேள்விகள் தோன்றாமல்
சுயத்தேடல் தொடங்காது.

1

சூரிய ஒளி பட்ட வானம்... மனிதனை வாழச்சொல்லி அழைப்பதற்காக... இயற்கை மஞ்சள் பூசிக் கொண்டு வரும்... ஒரு பிரம்மாண்டமான பத்திரிகை போல் இருந்தது.

தினமும் விடியும் அதே வானம்தான் என்றபோதிலும் சத்யா எடுத்திருந்த ஒரு தீர்மானம் இன்றைய விடியலுக்கும் புது அர்த்தத்தை ஏற்படுத்தியிருக்கிறது.

சத்யா... முப்பது வயது இளைஞன். சென்னையில் அமைந்திருக்கும் ஒரு தகவல் தொழில்நுட்பப் பூங்காவில் கணிப்பொறிப் பொறியாளனாக வேலை பார்க்கிறான். என்றும் போல இன்றைக்கும் தனது அலுவலகத்திற்கு பைக்கில் புறப்பட்டான்.

வழக்கமான காலை. சாலை நெரிசல். வாழ்க்கை நெரிசலை சகித்துக்கொள்ள எல்லோரும் இங்குதான் தினமும் பயிற்சியெடுப்பதை போலிருந்தது சாலை. என்றுமே மனமில்லாமல் அலுவலகம் செல்லும் சத்யாவைப்போல மெல்ல மெல்ல நகர்ந்தன வாகனங்கள். பழகிப்போன அதே சகிப்புடன் அலுவலகம் வந்தடைந்தான்.

சத்யா எல்லோராலும் கதாநாயகனாக பார்க்கப்படும் இளைஞன் அல்ல. அனைவராலும் நம்பத்தக்க நண்பனாக பழகக் கூடிய எளிமையான இளைஞன். ஆறடிக்கு சற்று குறைவான உயரம். திடமான உடல்கட்டு. சிவப்பிற்கும் மாநிறத்திற்கும் இடையில் ஒரு சிறப்பான நிறம். அவன் ஒரு கணிப்பொறிப் பட்டதாரியென்றபோதிலும், அவன் வாங்கிய பட்டத்திற்கும்,

அவன் மனதில் பறக்கும் பட்டத்திற்கும் சம்பந்தமே கிடையாது. கணிப்பொறி மொழி மட்டுமே புரியும் எவருக்கும் அவனது மொழி புரியாது. எதற்காக பொறியியல் படிக்கிறோம் என்பது தெரியாமலே பொறியியல் படித்த பல்லாயிரம் பொறியாளர்களில் இவனும் ஒருவன். கல்வி ஒருவனின் அறிவை வளர்க்கின்ற ஒரு விஷயம்தான் என்றாலும் பொருந்தாதக் கல்வி ஆன்மாவை சுருக்கிவிடும். அவனுக்கு இந்த கல்வி பொருந்தவில்லை. காரணம்... அவன் இயற்கையில் தொழில்நுட்பக்காரன் அல்ல. மதிநுட்பக்காரன். அவன் ஒரு சிறந்த மனிதாபிமானி. சமூக சேவைதான் அவன் பொழுதுபோக்கு... ஆத்ம திருப்தி... எல்லாமே. மனிதர்களுக்கு உதவுவது அவனது அன்றாட பழக்கமாகிவிட்டது. மொத்தத்தில் பார்த்தால் அவன் ஒரு பொறியாளனைக் காட்டிலும் சமூக சேவகன்.

‘என்ன சத்யா நேத்து லீவு... சொல்லக்கூட இல்ல... உன்ன மொபைல்லக்கூட ரீச்பண்ண முடியல...?’ இதே கேள்வியை பல குரல்கள் கேட்டன. விடுப்பு எடுத்த காரணத்தின் சோகத்தை முகத்தில் காட்டாமலும்... பதிலேதும் சொல்லாமலும் தன் இடத்திற்கு நடந்தான். முதல் வேலையாக தனது மேலாளருக்கு ஒரு மின்னஞ்சல் தயார்செய்தான். இந்தத் துறையில் வேலைக்கு சேர்ந்து எட்டாண்டுகளுக்கு பிறகுதான் இது அவனுக்கு ஏற்ற துறையில்லை என்பது மிகத் தெளிவாக தெரிகிறது. எல்லோருக்கும் எடுத்தவுடன் பிடித்த துறை கிடைப்பதில்லை. சில ஆண்டுகளுக்குப் பிறகு அதில் ஈர்ப்பு ஏற்படாவிட்டால் ஒரு வெறுமை ஏற்படும். அந்த வெறுமையைப் புரிந்துகொண்டு பிடித்தத் துறைக்கு மாறுவது ஒருசிலர்தான். அந்த வெறுமையை மறைத்துக்கொண்டு பெரும்பான்மை மக்கள் தாங்கள் செய்யும் பணியிலேயே தொடர்கின்றனர். அவன் அப்படித் தொடர விரும்பவில்லை.

வாழ்க்கை பிடிக்காதபோது சகிக்கத் தொடங்கலாம் அல்லது சகிக்கப் பிடிக்காதபோது வாழத் தொடங்கலாம். அவனால் இனியும் சகிக்க முடியவில்லை. 'எனக்கும் கணிப்பொறித் துறையைப் பிடிக்கவில்லை. கணிப்பொறித் துறைக்கும் என்னைப் பிடிக்கவில்லை. இன்றுடன் என் வாழ்வில் எல்லா வெறுப்புகளையும் முடித்துக் கொள்ளப்போகிறேன். மிச்சம் இருக்கும் வாழ்க்கை அழைக்கிறது. வருகிறேன்...' இந்தப் பொருளில் தனது ராஜினாமா கடிதத்தை அனுப்பினான். கொஞ்சம் அநாகரிகமாகவும், கொஞ்சம் பழகிய உரிமையாலும் இவன் அனுப்பிய மின்னஞ்சலைப் பார்த்துக் கொண்டிருந்தனர் அவனைச் சுற்றி நின்ற அவனது குழு உறுப்பினர்கள்.

வாழ்க்கை அவ்வப்போது சில எச்சரிக்கைகளைக் கொடுத்துக் கொண்டேயிருக்கும். நாம் பெரும்பாலும் அதை அலட்சியப்படுத்திவிட்டு செய்வதையே செய்து கொண்டு இருப்போம். அந்த எச்சரிக்கையைக் கேட்டு நடப்பவன் வாழ்க்கையை வகுத்துக் கொள்கிறான். கேட்டு நடக்காதவன் வாழ்க்கையை சபித்துக் கொள்கிறான். சத்யா இம்முறை அந்த எச்சரிக்கையை அலட்சியப்படுத்த விரும்பவில்லை. முடிவெடுத்துவிட்டான்.

மின்னஞ்சல் அனுப்பப்பட்டுவிட்டது. அவன் மனதை ஒரு நிதானம் ஆட்கொண்டது. தன் கால்களைக் கட்டியிருந்த சங்கிலியை உடைத்துவிட்ட நிவாரணத்தில் இருந்தான்.

'நிவேதி...'

அதே அலுவலகத்தில் வேறு தளத்தில் வேலை பார்க்கும் தன் காதலியை கைபேசியில் அழைத்தான்.

'சொல்லு சத்யா... எங்க இருக்க... நேத்து என்ன ஆச்சு உனக்கு...?'

'சொல்றேன்... டீ... குடிக்கலாமா? கேன்டீன் வந்துடு'

கண்ணாடி சுவர் வழியே வானம் பார்த்தபடியும், நிவேதிதாவை எதிர்பார்த்தபடியும், ரசனையிலும் காத்திருப்பிலும் கலந்திருந்தான் சத்யா. அவனைச் சுற்றி எல்லோரும் 'ஆன்சைட்... அப்ரைசல்... சேலரி ஹைக்... பிராஜெக்ட் டெட்லைன்...' இப்படி தொழில்நுட்ப துறையின் நாடித்துடிப்பான வார்த்தைகளைப் பிரயோகப்படுத்திப் பேசிக் கொண்டிருக்க... அவன் மட்டும் ஆன்மீகத்தில் புதிதாய் ஆர்வம் வந்த ஓர் இளம் துறவியைப்போல் பற்றற்று அமர்ந்திருந்தான்.

தொழில்நுட்பம்தான் இன்றைய தலைமுறையின் இதயத்துடிப்பு. இங்கே மென்பொருள் கடவுள்... பொருளாதாரம் வேதம். அதிகம் சம்பளம் வாங்கும் இளைஞர்களைக் கொண்ட பிரபல துறை இதுதான். புராணத்தில் பிள்ளையார் தன் மூஞ்சூரில் ஏறி உலகம் சுற்றிய கதை அவரை இப்போது ஒரு விசா ஏஜெண்டாகவே மாற்றிவிட்டது. பெங்களூரில் ஒரு பிள்ளையார் கோயில். அவர் பெயர் H1b பிள்ளையார். அவரை சுற்றினால் அமெரிக்கா விசா கிடைக்கும் என்பது பலரின் நம்பிக்கை என்னும் மோகம். அமெரிக்கா விசா கிடைக்காவிட்டால் குடும்ப கௌரவம் விமானத்தில் இருந்து கீழே விழுந்து விட்டதாக நினைத்துக் கொள்ளும் நவீன நடுத்தர மனப்பான்மை வீங்கியிருக்கிறது.

பொதுவாக வெளிநாட்டுப் பணம் இந்தியப் பணத்தை விட பலமடங்கு அதிகம் மதிப்பு பெறுகிறது. அங்கு சில ஆண்டுகள் சம்பாதித்தாலே இந்தியாவில் பாதி ஆயுளின் சம்பாத்தியத்தை சேர்த்துவிடலாம். இந்த ஒரு காரணத்தினால்தான் சுதந்திரத்திற்கு முன்பைவிட இப்போதும் நாம் வெள்ளைக்காரனுக்கு விசுவாசமான அடிமைகளாக இருக்கிறோம். அடிமைத்தனத்தின் நவீன யுகம்... இந்தத் தகவல் யுகம். இனி ஒரு நாட்டைக் கைப்பற்ற போர்தொடுக்கத் தேவையில்லை. நம் நாட்டின்மீது படையெடுக்காமலேயே நமது இளைய தலைமுறையின் உழைப்பைத் தங்கள் நாட்டின் வளர்ச்சிக்கு வாங்கிக் கொள்கின்றன மேலைநாடுகள்.

பெற்ற தாயோ தந்தையோ இறந்துவிட வெளிநாட்டிலிருக்கும் அவர்களின் மகன் வேலை காரணமாக கடைசிக் காரியத்திற்கு கூட வர முடியாமல் போனாலும் அதை ஒரு நியாயமான காரணமாக ஏற்றுக் கொள்கிறது இன்றைய சமூகம். வாழ்வின் முக்கியத்துவங்களை மாற்றிப் போட்டிருக்கும் துறை இது. வீட்டுப்பாடம் செய்யப் பிடிக்காமல் விளையாட ஏங்கும் குழந்தைகளைப் போல் வேலைச்சுமை பொறுக்காமல் வீட்டில் கழிக்க அதிக பொழுது கிடைக்காதா என ஏங்க வைக்கும் துறை இது. உண்மையை சொன்னால் இந்த மென்பொருள் துறை ஒரு சக்கரவியூகம். வேலை பிடித்திருக்கிறதோ இல்லையோ உள்ளே வந்த பலருக்கு வெளியே போக வழி தெரிவதில்லை. அபிமன்யூக்கள் தற்செயலாய் சிக்கிக் கொள்கின்றனர்.

நிவேதிதா வருவதற்கு நேரம் எடுத்தது. அவன் காத்துக் கொண்டிருந்தான். அவள் எப்போதுமே ஒரு பணிக்கிடையில் இருப்பவள். இவன் காத்திருப்பது வழக்கமானதுதான். அவளுக்கு உழைப்பில் இருக்கும் ஆர்வத்தை எண்ணிப் பார்த்துக் கொண்டே கடிகாரத்தைப் பார்த்தான். அவள் வந்து கொண்டிருப்பதையும் கவனித்தான்.

அவள் ஒரு உற்சாகமான பெண். எதையும் கையாளும் நிர்வாகத் திறன் உடையவள். எதற்காகவும் எப்போதும் அவள் நேரம் செலவிட்டு வருத்தப்பட்டதாக காலம் அறியாது. தனக்கு மனக்கவலைகள் வரும்போதெல்லாம் சற்று அதிகமாகவே வேலையில் ஆழ்ந்துவிடுவாள். தன் கவனத்தை ஒரு வேலையில் ஈடுபடுத்துவதுதான் கவலைகளை போக்கும் சிறந்த வழி என்பது அவளது நம்பிக்கையான பழக்கம். அவள் சிந்தனைகளும் செயல்களும் எப்போதுமே நடைமுறைக்கு ஒத்துவரும்.

'ஹை சத்யா...' சத்யா அமர்ந்திருக்கும் மேஜையை வந்தடைந்தாள் நிவேதிதா.

இருவருக்கும் தேநீர் கொண்டுவந்து அவன் எதிரே அமர்ந்தாள். அவளை முதலில் சந்தித்தபோது இவர்கள் காதலிப்பார்கள் என்று அவன் எண்ணிப் பார்த்ததே கிடையாது. மாநிறத்திற்கு மெழுகேற்றிய கோதுமை நிறம். முகத்தில் ஒரு நித்திய பொலிவு. கண்களில் ஓர் ஒளியும் குரலில் ஒரு மின்சாரமும் எப்போதும் உண்டு அவளிடம். மொத்தத்தில் அவள் யாராலும் தவிர்க்க முடியாத ஒரு தனித்தன்மை. அவனுக்கு அவள் மீது ஒரு தவிர்க்க முடியாத கவனம் இருந்தது.

'வா நிவேதி...' தன் மௌன காத்திருப்பை முடித்துக் கொண்டான்.

'என்ன சத்யா... என் கிட்ட கூட சொல்லாம லீவ்... மொபைலும் எடுக்கல...?'

'ம்ம்... எடுக்கப் பிடிக்கல நிவேதி...'

'என்ன ஆச்சு...?'

'இதுவரைக்கும் வாழ்க்கை புரியல... நேத்து புரிஞ்சதால மனசு சரியில்ல...'

'என்ன சொல்ற சத்யா...'

'என்னத்த சொல்ல நிவேதி...'

'என்ன சத்யா... பதில் சொல்லு...'

'இதுக்கான பதில உனக்கு சொன்னா போதாது நிவேதி... புரிய வெக்கணும்... நாளைக்கு லீவ் போட்டுடு...'

'பிராஜெக்ட் டெட்லைன் நெருங்குது... லீவு கிடைக்காது சத்யா...'

'நாளைக்கு காலைல ஒரு இடத்துக்கு போறோம்... இத வேலையை விட முக்கியமா நான் நெனக்கிறேன்... நீ கண்டிப்பா வரணும்...'

'உனக்கு லீவ் இருக்கா...'

'எனக்கு இனிமே லீவுதான் நிவேதி...'

'என்ன சொல்ற சத்யா...'

'நான் வேலைய விட்டுட்டேன்...'

நிவேதிதா முகத்தில் பெரிய அதிர்ச்சிக் கோடுகள் இல்லை. அவளால் ஏற்றுக்கொள்ளதான் முடியயவில்லை. அவளுக்கு இது ஒருநாள் நடக்குமென்று தெரியும். இத்தனை நாள் எதை நினைத்து பயந்து கொண்டிருந்தாளோ அது நடந்துவிட்டது. அவன் என்றோ முடிவு செய்து நிறைவேற்றாமல் தள்ளிப்போட்டுக்கொண்டே இருந்த தீர்மானம் இது.

'உன்கிட்ட ஏன் இந்த திடீர் மாற்றம்...?' சத்யாவின் மனநிலை புரியாமல் கேட்டாள்.

'இது மாற்றத்தோட தொடக்கம்தான் நிவேதி'.

'.....'

'இனி எனக்குப் பிடிக்காதது எதையுமே செய்யப் போறதில்ல... நான் தப்பான இடத்துல இருக்கேன்... என் சுதந்திரத்தனத்த அடிமைத்தனமாக்கும் சம்பளம் எனக்கு வேண்டாம்...'

'சரி என்ன செய்ய போறதா உத்தேசம்...?'

அவன் பதிலேதும் சொல்லவில்லை.

'சரி நான் கிளம்பறேன்... பைக் பார்க்கிங் வரைக்கும் வா...' சொல்லிவிட்டு இரண்டாம் தளத்திலிருந்து தரைத்தளத்திற்கு இறங்கினான். அவள் பின்தொடர்ந்தாள்.

சத்யாவுடன் பேச பொறுமை தேவைப்படும். அவன் தேவையின்றி பேசுவதில்லை. அவன் பேசாத இடைவெளியிலும் அர்த்தம் இருக்கும். பைக்கில் ஏறி புறப்படத் தயாரானான்.

'நாளைக்கு லீவ் போட மறந்துடாத... ஒரு முக்கியமான இடத்துக்கு போறோம்...'

'சரி லீவு போடறது இருக்கட்டும்... நீ இனிமேல் என்ன செய்ய போறதா உத்தேசம்னு கேட்டேனே... பதிலே காணும்...'

'உன்கிட்ட எத்தனையோ முறை.... நீ உன் காதல சொன்ன அன்னைக்குக் கூட அரைகுறையா சொன்னேன் இல்ல...

எதோ செய்யனும்.... பெரிசா சமூகத்துக்கு செய்யனும்... ஆனா என்ன செய்ய போறேன்னு தெளிவா இல்லனு...

இப்ப முழுசா புரிஞ்சிடுச்சு... இப்ப தெளிவா இருக்கேன்... இன்னும் உறுதியா இருக்கேன்'

'என்ன சத்யா...'

'ஆமா நிவேதி...'

'.....'

'என் எண்ணங்கள் எல்லாம் ஒண்ணா சேர்ந்து.... இப்ப எனக்குனு ஒரு லட்சிய கனவு இருக்கு நிவேதி... இனி என் கனவுதான் எனக்கு வாழ்க்கை'

ஒருவர் பேசிக்கொண்டிருக்கும் போது எதிர்பாராத விதமாக முகத்தில் ஓங்கி அறைந்தால் எப்படி இருக்கும்? அப்படித்தான் இருந்திருக்கும் அவளுக்கு.

ஒரு கட்டளையை போல் இதை சொல்லிவிட்டு அவள் பதிலுக்கு காத்திருக்காமல் புறப்பட்டான்.

2

யாரோ வேண்டாதவர் சாவுக்கு வந்துவிட்டு, சுரத்தே இல்லாமல் சம்பிரதாயத்துக்கு அழுவதைப்போல், வானம் மெல்லியதாக தூறிக்கொண்டிருந்தது.

இயற்கையை பொறுத்தவரை வாழ்க்கையை வாழாதவர்கள் இந்தப்பூமிக்கு வேண்டாதவர்கள்தான். வானம் மூடிக்கிடந்ததற்கு இதுதான் காரணம் போல் இருந்தது.

சத்யா நிவேதிதாவுடன் ஒரு கல்லறை தோட்டத்தை வந்தடைந்தான்.

'என்ன சத்யா இங்க கூட்டிட்டு வந்திருக்க...'

'வா நிவேதி...' அவள் கைபிடித்தான்... தோட்டத்திற்குள் நடந்தான். பல கல்லறைகளை தாண்டி ஒரு மரத்தின் நிழலில் சற்றே ஈரம் காய்ந்த ஒரு கல்லறையின் முன் நின்றான்.

'நான் லீவெடுத்த காரணம் கேட்ட இல்ல... இதோ பார் நிவேதி... இது என் அப்பாவோட கல்லறை...'

நிவேதிதாவுக்கு அதிர்ச்சிதான்... அவர் இறந்ததைவிட அதை இவன் சொல்லாதது அதிர்ச்சி.

'ஏன் இத என்கிட்ட சொல்லவேயில்ல...'

'தன்னோட சாவ யார்கிட்டையும் சொல்ல கூடாதுங்கறது அவரது கடைசி ஆசை. அவருக்கு தன் உடல அஞ்சலிக்காக வெக்கறதுல சம்மதமில்ல...'

'ஏன் சத்யா...'

'வெக்கப்பட்டார்...

பூமில சிற்றறிவு ஜீவன்கள் செத்தா இரங்கல் கூட்டமா நடக்குது... தன்னையும் சத்தமில்லாமல் அடக்கம் செய்யச் சொன்னார்...'

பயனில்லாத ஒரு வாழ்க்கை. அது முடிந்துபோன செய்தியும் யாருக்கும் பயன்படப்போவதில்லை. நம்மை யாருமே கண்டுகொள்ளாத ஒரு திருமண விழாவில்... சொல்லிக் கொள்ளாமல் வெளியேற நினைக்கும் அதே மனோபாவத்தோடு சத்யாவின் தந்தை இறந்திருக்கிறார். இந்த உலகத்திடம் அவர் சொல்லிக்கொள்ள விரும்பவில்லை.

நேற்று முன்தினம் மாலைப் பொழுது மண்மூடி அமைத்தததுதான் இந்தக் கல்லறை. அதற்குள் கல்லறைமீது சில புற்கள் படரத்தொடங்கிக் கொண்டிருந்தன. அவர் நெஞ்சுக்குள் வாழ வேண்டும் என்றிருந்த துடிப்பு... அந்த புற்களில் துளிர்த்துக் கொண்டிருந்தது.

'இந்த மனுஷன் பொறக்காமலே இருந்திருக்கலாம்....' தன் தந்தையின் கல்லறையை பார்த்துக் கொண்டே சொன்னான் சத்யா.

'வாழத் தெரியாமலே வாழ்ந்தார். தப்புத் தப்பாவே வாழ்ந்தார். இன்னைக்கு கல்லறைக்குள்ள செத்துக்கிடக்கிறது அவரது உடம்புதான்... உயிரோடு இருக்கும் போதே அவர் மனசு செத்துப்போச்சு...'

'ஏன் சத்யா இப்படி சொல்ற... உன் அப்பாமேல உனக்கு வருத்தமா...'

'அவர்மீது அவருக்கே வருத்தம் நிவேதி... அவர் தனக்காக வாழல... மத்தவங்களுக்கு பிடிச்சமாதிரி மட்டுமே இருந்தார். அர்த்தமில்லாம இறந்தார்.

'புரியல சத்யா...'

'இந்த பாவி மனுஷன் நெஞ்சம் முழுக்க கனவு நிவேதி... தன்னுடைய கனவ பின்தொடர்ந்துபோக துணிவில்லாத கோழை. தன் குடும்பத்துக்காக கனவ சமரசம் செய்துட்டு... அன்றாட வாழ்க்கைய ஒரே மாதிரி வாழ்ந்து... தன் கனவ எல்லாம் மூட்டைகட்டி தலைக்குவெச்சு இந்தக் கல்லறைக்குள்ள படுத்திருக்கார்...'

'என்ன கனவு சத்யா...'

'அவர் கனவு என்னங்கறது இப்ப முக்கியமில்ல. அவர் கனவ நிறைவேத்திக்கலங்கறதுதான் முக்கியம்...'

தந்தை மீதான பாசம் ஒருபக்கம். அவர் மீதான வருத்தம் ஒரு பக்கம். இந்த இரண்டு உணர்ச்சிகளும்தான் சத்யாவின் இதயத்தை இந்தக் கணம் இயக்கிக் கொண்டிருக்கிறது.

'உன் அப்பா எப்படி திடீர்னு இறந்தார் சத்யா...'

'அவர் திடீர்னு இறக்கல... ரொம்ப நாளாவே இறந்துட்டுதான் இருந்திருக்கார் நிவேதி.

அது ஒரு விதமான மன அழுத்தம்... தன்னால அடையக்கூடிய நிலைய அடையாம போகும்போது இயற்கையா ஏற்படற மன அழுத்தம். எல்லாருக்கும் இது சின்ன அளவுல வரது உண்டு. தன்னோட மன ஏக்கங்கள வேற காரணங்கள் காட்டி தேத்திக்கிட்டு பலர் இந்த மாதிரி மன அழுத்தத்த சமாளிக்கறாங்க... ஏக்கத்தோட அளவு அதிகமா இருக்கற ரொம்பச் சிலர் மட்டும்தான் இந்த அழுத்தத்த சமாளிக்க முடியாம பாதிக்கப்படறாங்க... இந்த மன அழுத்தம் ஒண்ணு மூளைய பாதிக்கும்... இல்லன்னா இதயத்த பாதிக்கும்... என் அப்பாக்கு ரெண்டாவது தடவ மாரடைப்பு வந்தப்போ மீளமுடியாம இறந்துட்டார்.'

'இப்படியும் மனுஷங்க இறக்கறதுண்டா சத்யா...'

'கிட்டத்தட்ட எல்லோர் மரணத்திலும் மன அழுத்தத்துக்கு ஒரு பங்கு உண்டு நிவேதி. நாமதான் இத சரியா புரிஞ்சிக்கிறது இல்ல...'

சத்யாவும் இதற்குமுன் இப்படிக் கேள்விப்பட்டதில்லை. டாக்டர் விளக்கித்தான் அவன் அறிந்தான்.

மனித மூளையில் சராசரியாக ஒரு நாளைக்கு சுமார் 60,000 எண்ணங்கள் வரை தோன்றுகிறதாம். அதில் 95% வரை... அன்றாட நடவடிக்கைகள் பற்றிய... நாம் தினசரி செய்கிற காரியங்கள சுற்றிய... பழகிப்போன பழைய எண்ணங்கள் தானாம். அதாவது அன்றாட செயல்களும் சம்பவங்களும் ஒரேபோல் இருப்பதால் புதிய எண்ணங்கள் பெரும்பாலும் தோன்றுவதில்லை. தனித்திறன் வளர்க்கும் பயிற்சி இல்லாத சராசரி மனிதனின் மனதில்... நேற்றோ முன்தினமோ... கடந்தகாலத்திலோ வந்த எண்ணங்களே மீண்டும் மீண்டும் தோன்றுகின்றன. ஒரே சமயத்தில் ஓர் எண்ணத்தின்மீது இன்னொன்று ஏறியும் வரும். இவற்றில் பெரும்பாலான எண்ண ஓட்டங்களை தடுக்கத் தவறுவதால் மூளையின் சக்தி வீணாகுகிறது. மனம் அலைபாய்கிறது. மனிதனின் கவனமும் ஆற்றலும் குறைகிறது.

ஆனால் மனிதன் சுய முயற்சியினால் சராசரி எண்ணங்களை ஒதுக்கிவிட்டு புதிதாய் ஆக்கப்பூர்வமாக சிந்திக்க முடியும். சமூகத்தில் விஞ்ஞானிகளும் படைப்பாளிகளும் புதிதாய் சிந்திப்பர். சத்யாவின் தந்தை மாற்றி சிந்திக்க முடிந்தவர்தான். அவற்றை செயலாக்க முடியாமல் போகலாமென்ற பயம் இருந்திருக்கிறது. போதிய உள் ஊக்கம் இல்லை. சிந்திப்பதைக் கட்டுப்படுத்திக் கொண்டார். வாழ்க்கை இயந்திரத்தில் தானும் ஒரு தூசாக படிந்தார். இது அவருக்குள் ஒரு தாழ்வுணர்ச்சியை ஏற்படுத்தியிருக்கிறது. அந்தத் தாழ்வுணர்ச்சி அடர்ந்து மன அழுத்தமாகியிருக்கிறது. அவரோடு பழகிய பலருக்கும் அவரின் கனவு பற்றி தெரிந்திருக்கச் சாத்தியமில்லை. அவர் வெளியே காட்டிக் கொண்டதில்லை.

வாழ்க்கையென்னும் குருக்ஷேத்ரப் போர் முடிந்து கிடந்தது அந்தக் கல்லறைக்குள். இந்த நீண்ட போர் முடிகையில் பலர் ஞானம் பெறுகின்றனர். தன் வாழ்க்கையை எடுத்துக்காட்டாகவோ அல்லது எச்சரிக்கையாகவோ விட்டுச் செல்கின்றனர்.

'சாகரப்போ யாராலயும் பொய்பேச முடியாது நிவேதி... மனசுல இருக்கற உண்மையான ஆதங்கத்தைத்தான் சொல்லுவாங்க... என் அப்பா பேசின வார்த்தைகள்ள ஒரு அனுபவப் பூர்வமான விரக்தி இருந்தது.

அந்த விரக்திதான் வாழ்க்கை எவ்வளவு பெரிய வரம். அதை வீணடிக்கக்கூடாதுன்னு புரியவெச்சுது...'

'சத்யா... நா... மறுபடியும் கேட்கறேன்னு நெனைக்காதே... உங்க அப்பாவுக்கு என்ன கனவு இருந்துச்சு...'

'தன் சொந்தக் கிராமத்துலயே வாழணும்னு நினைத்தார்...'

'இதுல என்ன கஷ்டம் சத்யா... செஞ்சிருக்கலாமே'

'சொல்றது சுலபம்... நம்மில் எத்தன பேரால சொந்த மண்ணுலயே இருக்க முடியுது சொல்லு... சொந்த கிராமத்துல வாழரதுதான் வாழ்க்கை... மத்ததெல்லாம் வெறும் பிழைப்பு'

'.....'

'என் தாத்தா ஒரு காந்தியவாதி... எல்லாரும் கிராமத்த விட்டுட்டு வந்தா... கிராமப் பொருளாதாரம் மெல்லச் சரியும்னு... அங்கேயே தொழில் செய்து வந்தார். கிராமங்கள் உண்மையான முகத்தை இழக்கக் கூடாதுன்னு நெனச்சார்...'

'.....'

'எங்க அப்பாவுக்கு காந்திமீது பற்று இருந்ததோ இல்லையோ... தன் அப்பாமீது பற்று இருந்தது. அவரது வாழ்க்கையக் கடைப்பிடிக்கணும்ன்னு நினைத்தார்...'

'.....'

ஆனா படிப்பிற்காகவும் வேலைக்காகவும் வெளிய வந்தார்... அப்புறம் குடும்பம்... அடுத்து அடுத்து கடைமைனு... சிக்கிக்கிட்டார்... உறவுகளும் போகவிடல...'

'.....'

'என் அப்பா கடைசியா பேசி... என் உள்ளங்கைல அழுத கண்ணீர் இன்னும் கொதிக்குது நிவேதி...'

'என்ன சொன்னார் சத்யா...'

'என்ன பக்கத்துல கூப்பிட்டார்... என்னோட கைகல இறுக பிடித்தார்... மீண்டும் வாழணும்போல இருக்குன்னு சொன்னார்... தன் தாயோட கருவறையிலிருந்து புதுசா பொறந்து வந்து... மீண்டும் இதே வாழ்க்கைய சரியா வாழணும் போல இருக்குன்னு சொன்னார். செய்த தப்பயெல்லாம் திருத்திக்கிட்டு... எடுத்த தப்பான முடிவுகளெல்லாம் மாத்திக்கிட்டு... மீண்டும் ஒருமுறை முதலிலிருந்து வாழணும்போல இருக்குன்னு சொன்னார்.'

'எப்படி தாங்கிக்கிட்ட சத்யா...?'

'அவர் தாங்கிக்கிட்டத விடவா...?'

தனது அர்த்தமில்லாத வாழ்க்கையின் அர்த்தமுள்ள கடைசி ஏக்கங்களை சொல்லிக்கொண்டிருந்தார். அவரைச் சுற்றி நின்றுகொண்டிருந்தன உறவுகள். மனைவி, மூத்த சகோதரன், இளைய சகோதரி, இரண்டு மகள்கள், ஒரு மகன்... எல்லோர் மீதும் நிறுத்தி நிறுத்தி... தனது அஸ்தமன பார்வையை செலுத்தினார். ஒரு வகையில் இந்த முகங்களுக்காகதான் அவர் தன் முகத்தை தொலைத்திருக்கிறார். எல்லோரும் வெட்கப்பட்டு தலைகுனிந்தனர். அவர் வாழ்ந்தபோது அவரது கனவுக்கு உதவாமல் தடுத்துவிட்ட அனைவருக்கும் வலிக்கவே செய்தது. இருந்தும் என்ன... அவர் தவறவிட்டது... விட்டதுதான்.

தனக்கு நேரம் நெருங்கிவிட்டதை புரிந்துக்கொண்டார். சத்யாவை தவிர எல்லோரையும் வெளியே போக சொன்னார். சத்யாவின் மடியில் தலை வைத்தார்.

'சத்யா... வாழ்க்கைல நாம எத அடையணும்னு முடிவு பன்னின பிறகு... அப்புறம் பார்த்துக்கலாம்னு கொஞ்ச காலம் தள்ளிப்போடறது இருக்கே... அது உலக மகா முட்டாள்த்தனம்... இந்த கொஞ்ச காலங்கறது நீண்டுகிட்டே போகும்... இன்னைக்கு வராத மனசு என்னைக்கும் வராது... என்னைக்காவது சொந்த மண்ணுக்கு திரும்பிடுவோம்னு... என் கனவ தள்ளிப் போட்டுக்கிட்டே வந்துட்டேன்... சாகுற வரைக்கும் தள்ளிப் போட்டாச்சு... இனியும் தள்ளிபோட நேரம் இல்ல.

உடனே செயல்படனும் சத்யா... செயல்படறதுதான் வாழ்க்கையே.

நான்தான் என் கனவ வாழல சத்யா... நீயும் என்ன மாதிரி ஆகக் கூடாது... நீ நினைக்கறத செய்யனும்... செய்வியா...'

'செய்யறேன் பா...'

'என்ன செய்ய போற'

'எதோவொரு விதத்துல சக மனுஷெனுக்கு உதவியா இருக்கணும்னுதான் எப்போதும் நினைச்சிருக்கேன்... இப்ப உங்க வாழ்க்கைய பக்கத்துல பார்த்தவுடனே எனக்கு ஒண்ணு தோனுது...'

'என்ன சொல்ற'

இந்த பூமில பொறந்த ஒவ்வொரு மனுஷெனுக்கும் ஒரு கனவு இருக்கும்... அந்த ஒவ்வொரு கனவும் பலிக்கணும்... இந்த பூமிக்குள்ள எந்த ஒரு கனவும் நிறைவேறாம புதைஞ்சிடக் கூடாது... யாரும் ஒரு விரக்தியோட சாகக்கூடாது. எல்லாரும் வாழ்க்கைய மிச்சம் வைக்காம வாழணும்.

இனி இதுதான் என் கனவு பா.

இத நிறைவேத்த எடுக்கற முயற்சியாதான் என் வாழ்க்கை இருக்கப் போகுது...'

'நீ சொன்னத கேட்க ரொம்ப ஆறுதலா இருக்கு சத்யா...'

'.....'

'தோத்தவங்களுக்கு ஆறுதல் பரிசு கிடைச்சா மாதிரி...'

'அப்பா...'

'சமூகசேவைல உச்சக்கட்ட மனிதசேவை இதுவாகத்தான் இருக்கமுடியும் சத்யா...'

'அப்பா...'

'நீ வாழணும் சத்யா...'

'அப்பா...'

'நீ நினைச்ச மாதிரி வாழணும்'

மனம்திறந்து வாழ்த்திவிட்டு... கண்களை மூடிக்கொண்டார்.

3

அன்பான கணவன்... அழகான குழந்தை... அருமையான குடும்பம். பெரிய அதிசயமோ ஏமாற்றமோ நிகழாத அமைதியான வாழ்க்கை. எல்லாவித சந்தோஷங்களும் பூக்கின்ற நந்தவனமாக ஒரு வீடு. நான்கே பேராக இருந்தாலும் உண்மைக்கு அர்த்தம் சொல்லுகின்ற உறவுகள். இத்தனையும் அல்லது இவ்வளவுதான் எதிர்பார்த்தாள் நிவேதிதா. பெண்மைக்கே உரித்தான எதார்த்தமான கனவோடு இருந்தாள் அவள். மனித சேவையையோ சமூகமாற்றத்தையோ பெரிதாய் போற்றாத சாதாரண நடுத்தர மனம்.

நேற்றைய கல்லறை உரையாடலுக்குப் பின் உலகின் எல்லா மனிதர்களின் மனச்சுமையையும் தன் இதயத்தில் ஏற்றிக்கொண்டதுபோல் ஒரு சோகம் கொண்டாள். மனித வாழ்வில் இயல்பாக வரும் மரணத்திற்கு சத்யா இத்தனை அர்த்தமும் அக்கறையும் காட்டியது புதிதாகவும் ஆனால் நியாயமாகவும் பட்டது.

நிவேதிதாவின் கைப்பேசி ஒலித்தது. அலுவலகத்தில் இருந்து அழைப்பு இன்று முக்கியமான ஒரு வேலை இருப்பதாக... உடனடியாக வரச்சொல்லி அவளது மேல் அதிகாரி ஒருவர் தானே நேரடியாய் அழைத்திருந்தார். அவள் அந்த அழைப்பிற்கு பெரிய முக்கியத்துவம் கொடுக்கவில்லை. அவளின் இன்றைய முக்கியத்துவம் சத்யாதான். சொந்தக் காரணங்களால் இன்னும் இரண்டு மூன்று தினங்களுக்கு அவளால் வர இயலாதென சொல்லிக்கொண்டிருந்தாள். மேலதிகாரி வரச்சொல்லி நிர்ப்பந்தித்துக் கொண்டிருந்தார். இந்த கணிப்பொறித் துறையில் மேலதிகாரிகள் சிறப்பாக பணியாற்றும் ஆற்றல் உள்ளவர்களை

ஆதாயமெடுத்து பிழிவதுண்டு. காரணம் இந்தியர்கள் எத்தனை அதிக வேலை கொடுத்தாலும் கேள்வி கேட்காமல் செய்துமுடிப்பார்கள் என்பதுதான் மேலைநாடுகள் கண்டுகொண்டுள்ள உண்மை. வெளிநாடுகள் நமக்கு வேலை கொடுப்பதற்கான வர்த்தகக் காரணம்... 'குறைந்த விலையில் சிறந்த வேலை' என்பதுதான். நிவேதிதாவுக்கு இந்த நிர்ப்பந்திப்பு புதிதல்ல... ஆனாலும் இந்த நேரத்தில் இது பிடிக்கவில்லை. வழக்கத்துக்கு மாறாக பேச்சு முடிவதற்குள் இணைப்பைத் துண்டித்தாள். கைப்பேசியை அணைத்துப் போட்டாள்.

நாள்முழுதும் சிந்தனையில் ஆழ்ந்தாள். தன் எதிர்காலத்தைப் பற்றி யோசித்தாள்... சத்யாவின் எதிர்காலம் பற்றி யோசித்தாள்... இருவரின் எதிர்காலத்தைப் பற்றியும் யோசித்தாள். தான் சத்யாவின் முதல் நலம்விரும்பி என்பதால் இந்த விஷயத்தில் ஒரு முடிவெடுக்க வேண்டிய நேரம் வந்துவிட்டதை உணர்ந்தாள். இனி இதை அவள் தனியாக யோசித்து பயனில்லை எனப்பட்டது.

மாலை ஆறு மணி. சத்யாவை கைப்பேசியில் அழைத்தாள்.

'சொல்லு நிவேதி... என்ன இன்னைக்கு மொபைல அணைச்சி வெச்சிட்ட...'

'உன்கிட்ட இப்பவே பேசணும்... எங்க வீட்டுக்கு வர முடியுமா...'

'இன்னும் அரைமணி நேரத்துல இருப்பேன்...'

நமக்குப் பிடித்தவர்கள் நமக்குப் பிடிக்காததைச் செய்தால் கூட அவர்களை பிடிக்கதான் செய்கிறது. உண்மையான நேசத்திற்கு இந்த அழகு இருக்கிறது.

நிவேதிதாவின் வீடு கடலைப்பார்த்து அமைந்த ஒரு விஸ்தாரமான பங்களா. அவளின் வளர்ப்பு வசதிக்கும் அரவணைப்பிற்கும் குறைவில்லாத வளர்ப்பு. தாயில்லாதவள்... தன் தந்தையின் விரல்பிடித்து விளையாடியதைவிட அவர் சொல் கேட்டு வளர்ந்தவள். அவள் தந்தை ஓய்வு பெற்ற நீதிபதி... சட்டத்தைவிட பாசம் தெரிந்தவர்... பாசத்தைவிட பகுத்தறிவு தெரிந்தவர்.

சத்யா வாசலில் வரும்போதே அவள் முற்றத்தில் இருப்பதை பார்த்தான். அவனும் முற்றத்தை அடைந்தான்.

மாலை நேரம் மங்கத் தொடங்கியது. நிவேதிதாவின் மனதும் தெளிவில்லாமல் மங்கலாகத்தான் இருந்தது.

'ஹாய் நிவேதி...' மெல்லியதாய் சொன்னான்.

அங்கே மௌனம்தான். பதில் வரவில்லை... அவள் கன்னத்தில் கைவைத்து முகத்தைத் திருப்பினான். அவள் கண்களில் கண்ணீர்த் துளிகள். சில துளிகளில் கேள்விகள்... சில துளிகளில் வருத்தம்... சில துளிகளில் பயம்... அவள் மனநிலை கண்களில் இறங்கியிருந்தது.

'இத எதிர்பார்த்தேன்...' அவன் சிரித்தான். அவள் கண்ணீரை துடைத்தான்.

'என் தந்தையின் கண்ணீரைவிட சூடு கொஞ்சம் கம்மியாத்தான் இருக்கு...' தேவையில்லாமல் அவளை சீண்டிப் பார்த்தான். அவள் மௌனம் இன்னும் கலையவில்லை.

'இப்ப எதுக்காக இந்த வருத்தம் நிவேதி...'

'நீ வேலைய விட்டதுக்கு... உன் எதிர்காலத்த நெனச்சி...'

'நான்தான் என் கனவப்பத்தி சொன்னேன்ல...'

'கனவெல்லாம் சரி சத்யா... கையில் இருக்கறத விட்டுட்டு... பறக்கறதுக்கு ஆசைப்படறியே...'

'இல்ல நிவேதி... கையில இருக்கறத விடும்போதுதான்... புதுசா ஒன்னுத்த எடுக்க முடியும்... அதத்தான் நான் செஞ்சிருக்கேன்...'

'உன் எதிர்காலத்த பத்தி யோசிச்சியா...'

'யோசிச்சேன்... ரொம்ப யோசிச்சேன்... யோசிச்சதுல ஒண்ணு நல்லா புரிஞ்சிது... நீ சொல்ற எதிர்காலமென்பது ஒருவிதமான கற்பனை பயம்... நான் சொல்ற எதிர்காலம் ஒரு கற்பனைக் கனவு... இதுல பயமில்ல... நம்பிக்கைதான் இருக்கு...'

'பேசறதுக்கு உனக்கு சொல்லியா தரணும் சத்யா... இருந்தாலும் நீ இந்த நிலைய விட்டுட்டுப்போன... அப்புறம் நீயே நெனச்சாலும் இப்படி ஒரு நல்ல சாப்ட்வேர் வேலை அமையாது...'

'தெரியும். மாவீரர் அலக்சாண்டர் எதிரித் தீவுகள கைப்பற்றப் போகும்போது... எதிரிகளோட தீவ அடைந்ததும் தனது படகுகளை எரித்திடுவாராம். இனி திரும்பணும்னா எதிரிகள ஜெயிச்சு அவர்களோட படகுல திரும்புறதுதான் சாத்தியம். இந்தத் துணிச்சலும் நம்பிக்கையும்தான் அவர தொடர்ந்து ஜெயிக்க வெச்சுது...'

'ஆனா அவரும் கடைசில தோற்றுத்தானே போனாரு...'

'அப்படிப் பாத்தா எல்லாரும் ஒருநாள் சாகத்தான் போறோம்... அதுக்காக நாம இயங்காமலே இருந்திட முடியுமா... சாகர வரைக்கும் வாழ்க்கை இருக்கு இல்ல. தோற்க்கறது தப்பு இல்ல நிவேதி... தோத்துக்கிட்டே இருக்கறதுதான் தப்பு...'

சத்யாவின் திடமான பேச்சு அவளின் வாதங்களை அர்த்தமில்லாததாக ஆக்கிக் கொண்டிருந்தது. நிவேதிதா பொறுமை இழந்தாள்.

'இதோ பார் சத்யா... உன்னமாதிரி பகல் கனவு கண்ட பலர் பகல் வானத்துல நட்சத்திரங்கள மாதிரி காணாம போயிருக்காங்க. நான் உன்ன தொலைக்க விரும்பல. எனக்கு கனவிலே இல்லாத எதிர்காலத்த உருவாக்கறதிலோ நம்பிக்க இல்ல... இருக்கற நிஜத்த பிடிச்சுக்குவோம்... வாழற வர சந்தோஷமா வாழ்வோம்...'

இப்போது சத்யா பொறுமை இழந்தான். உலகத்தில் மிகப் பெரிய சாதனை ஒருவன் தன் கருத்தை மற்றவர்களை ஏற்றுக்கொள்ள வைப்பதுதான்.

'இல்ல நிவேதி... கனவுகள கவனிக்காம விட்டா நோயாக மாறி நம்ம சந்தோஷத்த கெடுத்திடும். கனவு மனசுல தேங்கிக்கிடந்தா ஏக்கமா மாறிடும்... ஒரு மனிதனோட மனசுக்கு ஏக்கத்தவிட பெரிய நோய் இருக்க முடியாது...'

'நான் திரும்ப திரும்ப ஒரு சராசரி பொண்ணு மாதிரி கேள்வி கேட்கறேன்னு நெனக்காத... உனக்கு நிம்மதியான... எந்த பயமுமில்லாத ஒரு குடும்ப வாழ்க்கை வேண்டாமா சத்யா...

ஒரு நிலையான எதிர்காலம் வேண்டாமா... பதற்றத்தோட முடிவு தெரியாத இந்த கனவ துரத்தர லட்சிய வாழ்க்கைதான் வேணுமா...'

'பார் நிவேதி... என் வயசு முப்பது... என் ஆயுள்ல பாதி இந்நேரம் முடிஞ்சிருக்கலாம். கிட்டத்தட்ட பாதி செத்தவன்... இன்னும் பாதி வாழ்க்கைதான் இருக்கு... இதையும் நான் பொருளற்ற பொருளாதார வாழ்க்கைய துரத்திகிட்டே ஓடறதுல சம்மதமில்லை. இத்தன வருஷம் எதிர்காலத்துக்காகத்தான் சம்பாதிச்சோம்... இப்பவும் எதிர்காலத்துக்காகத்தான் சம்பாதிக்கறோம்... எதிர்காலத்துக்கு சேமிக்கறோம்னு சொல்லிச்சொல்லி வாழ்நாள்ல கடைசி நாள் வரைக்கும் இப்படி பணம் சம்பாதிச்சிக்கிட்டே இருந்தா... பிறகு எதிர்காலம் எங்க இருக்கு... எப்போதான் வாழறது...'

நிவேதிதாவுக்கு பதிலேதும் சொல்ல முடியவில்லை. சத்யா பேச்சில் உண்மை இருந்தது. அவன் ஒவ்வொரு வார்த்தையும் மனதாரப் பேசினான். அந்த பலமான கருத்துக்களை அவளால் உதற முடியவில்லை.

சத்யா தொடர்ந்தான்... 'இதெல்லாம் என் அப்பாவோட வாழ்க்கைய பக்கத்துல இருந்து பார்த்ததால சொல்றேன்... ஒரு கொள்கையில்லாத வாழ்வு ஒரு வாழ்வே கிடையாது... வெறும் கால விரயம் தான்...'

உண்மை கசக்கும் அல்லது சுடும். இந்த விவாதங்களில் நிவேதிதாமேல் விழுந்ததெல்லாம் கசப்பான சூடுகள்தான். வெறும் உணர்ச்சிவசப்பட்டு பேசும் பேச்சில் பலம் இருக்காது. அறிவுபூர்வமான பேச்சில் பலவீனங்கள் இருக்காது. சத்யா அறிவு வசப்பட்டு உணர்ச்சிப்பூர்வமாக பேசினான். வாழ்வில் உண்மைகள் பல நேரங்களில் பயமுறுத்தும். அதனால்தான் மனிதர்கள் உண்மைகளை கண்டுகொள்வதில்லை. இப்போது நிவேதிதாவுக்கு அந்த உண்மை பயம் வந்தது.

சத்யாவிற்கு தாகம் எடுக்கவில்லை. ஆனாலும் தண்ணீர் தேவைப்பட்டது. வாழ்வில் இப்படி சில நொடிகள் இன்பத்தில்

அரை மாத்திரையும் துன்பத்தில் அரை மாத்திரையும் சேர்த்து தருகிறது. காதலி பக்கத்தில் இருப்பது இன்பம். அவள் ஊடலில் இருப்பது துன்பம். அவன் உள்ளே சென்று கொஞ்சம் தண்ணீர் குடித்துவிட்டு மீண்டும் அவளிடம் வந்தான்.

அவளும் அசையாமல்... அவள் இமைகளும் அசையாமல்... கடலை பார்த்துக் கொண்டிருந்தாள். இத்தனை நாள் விளையாடுவதாக தெரிந்த அலைகள் இன்று என்னவோ தவறி விழுவதாக தெரிந்தது.

அவள் தோள்களில் கைகளை வைத்தான்... 'நேரம் ஒன்பதரை ஆச்சு நிவேதி... நான் கிளம்பறேன்... நாளைக்கு பாக்கலாம்...'

'இல்ல சத்யா... என்ன விட்டுட்டு போகாத... இன்னிக்கு இங்கயே தங்கிடு... நீ பக்கத்துல இரு... எனக்கு என்னமோ போல இருக்கு...'

'சரி...' அவள் கூந்தலில் முத்தமிட்டான்... அவள் மூச்சு மீண்டும் சீரான தன்மை பெற்றுக்கொண்டிருப்பதை உணர்ந்தான். அவள் தோள்களை ஒருமுறை... பயம் வேண்டாமென்பதைப்போல் இறுகப் பிடித்துவிட்டு கைகளை எடுத்தான்.

நிவேதிதாவின் தந்தை வழக்கமான நண்பர்கள் சந்திப்பை முடித்துவிட்டு வீடு திரும்பினார்.

'வாப்பா சத்யா...' அவர் வீட்டிற்குள் நுழைந்ததும் சத்யாவை விசாரித்தார்.

'வணக்கம்... நல்லா இருக்கீங்களா...?'

'நீ எப்படிப்பா இருக்க... அப்பாவ பத்தி கேள்விப்பட்டேன்... நல்ல மனிதர்...' சத்யாவை ஆறுதலாக தட்டிக் கொடுத்தார்.

'அம்மா எப்படி இருக்காங்க...'

'தேறிட்டுருக்காங்க...'

'வேலையெல்லாம் நல்லா போகுதா...'

சத்யா நிவேதிதாவைப் பார்த்தான். அவள் தரையைப் பார்த்தாள். சில நொடிகள் எதிர்பாராத மௌனம் நிலவியது.

எந்த வகையிலும் சேர்த்துக் கொள்ள முடியாத ஒரு வளைவில்லாத புன்னகையை பதிலாக கொடுத்தான்.

'சரிங்க... நான் கொஞ்ச நேரம் பீச்ல நடந்துட்டு வரேன்...'

'சாப்டுட்டு போப்பா...'

'இல்லங்க... பசிக்கல... நா வரேன்...'

மேலும் சில அசௌகரிய மௌனங்களை தவிர்ப்பதற்காக சத்யா அவசரமாய் வெளியேறினான்.

'நீ சாப்டியாம்மா....'

'இல்லப்பா... பசிக்கல...'

'இவன் கூட இனியும் பழக்கிக்கிட்டு இருந்தா சரிவராது...

உதவி செய்யறேன்... சமூக சேவை செய்றேன்னு... தன்னையே காப்பாத்திக்க தெரியாம திரியப்போறான்...

நல்லவன்தான்... ஆனா ரொம்ப நல்லவன்...

பாத்துக்கமா'

இவர்கள் காதலை அறிவார் அவர். இப்போது ஏதோ வாக்குவாதம் நடந்துகொண்டிருப்பதையும் உணர்ந்தார்.

நிவேதிதா அவருக்கு உணவு பரிமாறினாள். அவள் மனசஞ்சலத்தில் இருப்பதை புரிந்துகொண்டு வேண்டும் என்றே பேச்சுகொடுப்பதைத் தவிர்த்தார். தொலைக்காட்சியில் செய்திகளைப் பார்த்தபடி சாப்பிட்டு முடித்தார். மேஜையில் கிடந்த ஒரு வார பத்திரிக்கையை கையில் எடுத்துக்கொண்டார். தன் அறைக்குச் சென்றார்.

மன வருத்தத்தில் இருக்கின்றபோது பசி இருந்தாலும் வயிற்றுக்கு உணரத் தெரிவதில்லை. தன் கவனமெல்லாம் சத்யாமீது

இருந்ததால் அவளால் பசியைப் பாராட்ட முடியயவில்லை. இவளும் தாகமில்லாமல் தண்ணீரைக் குடித்தாள்.

சத்யாவைக்காண கடற்கரைக்கு நடந்தாள்.

இருந்ததால் அவளால் பசியைப் பாராட்ட முடியயவில்லை. இவளும் தாகமில்லாமல் தண்ணீரைக் குடித்தாள்.

சத்யாவைக்காண கடற்கரைக்கு நடந்தாள்.

4

அது ஒரு பௌர்ணமி ராத்திரி.

நிலா வெளிச்சம் காற்றிலும் கடலலைகளிலும் மிதந்து கொண்டிருந்தது. இருவரின் மனநிலையும் தன்மையானது. தர்க்கங்கள் என்றுமே நிறைவு பெறுவதில்லை. ஏதேனும் ஒரு தரப்பு தன் கருத்தை அன்பால் விட்டுக்கொடுக்க வேண்டும் அல்லது தர்க்கம் செய்ய முடியாமல் விட்டுவிட வேண்டும். இப்படித்தான் தர்க்கங்கள் முடிகின்றன. இவர்கள் தர்க்கம் எப்படி முடியப்போகிறதென்பதை இரவு பொறுத்திருந்துதான் பார்க்க வேண்டும்.

இருக்கை அகலமான ஒரு மர நாற்காலியில் கடலைப் பார்த்தபடி அமர்ந்திருந்தான் சத்யா. அவன் பக்கத்தில் வந்து அமர்ந்தாள் நிவேதிதா. அவள் மனதில் வருத்தம் குறைவதைப்போல் குறையாமலிருந்தது. ஆனால் இப்போது காதல் நிறைந்துகொண்டிருந்தது.

அவன் உள்ளங்கையை தன் உள்ளங்கையால் முடிப் பிடித்தாள்... 'நான் உன்ன புரிஞ்சிக்கலன்னு வருத்தமா...'

'கனாக்காரங்கல... லட்சியவாதிங்கல முதல்ல புரிஞ்சிக்க தவர்றதே நெருக்கமானவங்கதானே...' அவள் கைகளை விலக்கிவிட்டான்.

'பயமா இருக்கு சத்யா...' அந்த பௌர்ணமி வெளிச்சத்திலும் அவள் கண்களில் ஒளியே இல்லை.

'ரெண்டு நாள் முன்னால எங்க அப்பா இருந்தாரு... இன்னைக்கு இல்ல... அவரும் உன்ன மாதிரித்தான் பயந்தாரு...

அந்த பயம் என்ன அவர் உயிர காப்பாத்திச்சா... சாகப் பொறந்த வாழ்க்கையில பயமெதுக்கு...'

'இன்னும் கொஞ்ச காலம் பொறு சத்யா... முதல்ல நல்லா சம்பாதிப்போம்... அப்புறம் கனவ பாத்துக்கலாம்.'

'நீ பொருளாதார ரீதியா பாதுகாப்பா இருக்கறதுதான் வாழ்க்கையில முக்கியம்னு நினைக்கிற. என்னால அப்படி நினைக்க முடியல... எனக்கு கனவுதான் முக்கியம்...'

'கொஞ்சமான்னு நடக்கற விஷயமா பேசு சத்யா... நீ வேலைக்கு போகாட்டி எப்படி வாழப்போறோம்... அப்ப நம்ம கல்யாணம்...'

சத்யா எழுந்து நடக்கத் தொடங்கினான். அவளும் தன் பதிலுக்காக பின்தொடர்ந்தாள். கரைவரை சென்றான். பக்கத்தில் நிவேதிதா. முடிந்தவரை கடைசி அலைவரை கடலை உற்றுப்பார்த்தாள். அவளால் பார்க்க முடியா விட்டாலும் அதையும் தாண்டி கடலின் வாழ்க்கை விரிந்துக் கிடப்பதுதான் உண்மை.

'பதில் சொல்லு சத்யா...'

'வெறும் பெற்றோரையும் சுற்றத்தையும் திருப்திபடுத்தற சராசரி வாழ்க்கைக்குள்ள சிக்கிக்க நான் விரும்பல... நம்ம வீடு நம்ம புள்ள நம்ம எதிர்காலம்னு ஒரு சுருங்கிய வாழ்க்கைய நான் வாழ விரும்பல... வெறும் உடம்பையும் வயிறயும் மட்டும் திருப்திபடுத்தும் நோக்கமில்ல என் நோக்கம். இத்தன பெரிய பூமியையும் இத்தன நீண்ட ஆயுளையும் நாம சின்ன வாழ்க்கை வாழ்வதற்காக கடவுள் தரல... பெரிசா வாழணும்... இந்த மனித சமுதாயத்துக்கு பயன்படற மாதிரி வாழணும்... இந்தப் பூமியில ஒரு சில கண்ணீர் துளியவாது நான் தொடைக்கணும்... அதுதான் கடவுள் தந்த உயர்ந்த வாழ்க்கைக்கு நான் செய்ற நன்றியாகும்...' நடுக்கடலிலிருந்து பலத்தையெல்லாம் திரட்டி வந்த ஒரு அலையோடு... வந்து விழுந்தது அவன் பதில். அலையின் சிலத்துளிகள் முகத்தில் தெரித்ததில் உப்புக்கறித்தது அவளுக்கு.

'அப்போ காதலா... கனவான்னு கேட்டா...'

அவனிடம் பதிலில்லாமல் இல்லை. சொல்லமுடியாமல் அவள் முகத்தைப் பார்த்தான். அவளை பார்க்க முடியாமல் கடலைப் பார்த்தான்.

'சொல்லு சத்யா... காதலா... கனவான்னு கேட்டா...' அவள் காதலியின் உணர்ச்சி நிலையில் இருந்தாள்.

'....'

'சொல்லு சத்யா'

'கனவுதான்... கனவுதான் நிவேதி...'

இந்த அலையும் பலமாய் அடித்தது. அவள் முகத்தில் மீண்டும் கரித்தது.

'காதல்ல கிடைக்கிற அன்பு... ஏதோவொரு வடிவத்துல யாரோவொரு உறவின் உருவத்துல வாழ்க்கையோட எல்லாக் காலக்கட்டத்துலயும் கிடச்சுக்கிட்டேயிருக்கும். ஆனா ஒரு தனி மனுஷனுக்கான கனவிருக்கே அத அவன் மட்டும்தான் காப்பாத்த முடியும். அவன் மட்டும்தான் நிறைவேத்த முடியும்... அவனால மட்டுமே அத வாழவைக்க முடியும்... முதல் முயற்சிய அவன் மட்டும்தான் எடுத்தாகணும்...'

'காதலிக்க ஆரம்பிச்சப்போ... என்ன உன் வாழ்க்கையோட தேவதை... அப்படி இப்படினெல்லாம் சொன்ன... இப்போ உனக்கு நான் தேவதையா தெரியலயா...'

'இப்போகூட நீ என் தேவதைதான் நிவேதி... காதலி தேவதையா தெரியற அதே நேரத்துல... கனவு கடவுளாக தெரியுதே... நான் என்ன செய்யட்டும்... என் கைகள் ரெண்டும் தானா கடவுளத் தொழுகிறப்போ... நான் என்ன பண்ணட்டும் நிவேதி...' சத்யா சொன்ன இந்த பதில் புரிந்ததோ என்னவோ அவள் பாதங்களில் மண்டியிட்டது ஒரு அலை.

நடுநிசி. பௌர்ணமி உச்சத்திலிருந்தது.

இதற்குமேல் பேச ஒன்றும் இல்லை நிவேதிதாவுக்கு. திரும்பி நடந்தாள். மர நாற்காலியின் ஓர் ஓரத்தில் அமர்ந்தாள். சத்யாவும் திரும்பினான். மர நாற்காலியின் இன்னோர் ஓரத்தில் அமர்ந்தான். இவர்கள் இடையில் மௌனம் அமர்ந்திருந்தது. அலைகள் மட்டும் பேசிக்கொண்டிருந்தன.

இவர்களும் தூங்கவில்லை. நிலாவும் தூங்கவில்லை.

5

விடிந்தது.

காதலர்கள் இருவரும் ஒன்றாய் விழித்திருந்த காதல் முதலிரவு முடிந்தது.

கனத்த கனவுகள் எப்போதுமே தூங்கவிடுவதில்லை.

அவள் முதன்முதலில் காதலை சொன்னபோது அதை சத்யா ஏற்கவில்லை. ஒர் உறவில் பலவீனப்பட்டுக்கிடப்பது தனக்கு பிடிக்காதென்று மறுத்தான். அவனது மேலான எண்ணங்கள்... உதவி மனப்பான்மை... எல்லாவற்றிற்கும் மேலாக தனித்தன்மையைப் போற்றும் குணம்... இவையெல்லாம் அவன் மறுத்தபோதும் அவளது காதலை வளர்க்கத்தான் செய்தன.

விடிய விடிய யோசித்தாள் நிவேதிதா.

அவளுக்கு முன் இரண்டு வழிகளை திறந்து வைத்திருந்தது அன்றைய விடியல். ஒன்று சத்யாவை தேர்ந்தெடுத்தால் அவனது கனவையும் தேர்ந்தெடுக்க வேண்டும். மற்றொன்று இப்போதிருக்கும் வாழ்வை தக்க வைத்துக்கொள்ள வேண்டுமென்றால் சத்யாவை இழந்தாக வேண்டும். எந்த வழியில் போவதென்ற முடிவுக்கு அவள் வந்துவிட்டாள்.

சத்யாவின் திடமான வாதங்களில் ஒரு மனிதாபிமானம் இருந்ததை அவளால் மறுக்க முடியவில்லை. அவன் மீது கொண்ட திடமான காதலால் அவனையும் மறுக்க முடியவில்லை.

இரவு முழுவதும் அவர்களுக்கு இடையில் அமர்ந்திருந்த மௌனத்தை எழுப்பிவிட்டு சத்யாவின் பக்கத்தில் அமர்ந்தாள் நிவேதிதா.

விடியலின் முதல் கீற்று இந்த பூமியை தொடுகையில் அவள் தன் முடிவை அறிவித்தாள்.

'சத்யா...'

'சொல்லு நிவேதி...'

'உன்ன பாக்கற வரைக்கும் எனக்கு வாழ்க்கைல பெரிய கனவுன்னு ஒன்னும் இல்ல. உன்ன பாத்ததுக்கு அப்புறம் கனவுன்னு சொன்னா... அது உன் காதல் மட்டும்தான்... உன்னோட வாழணுங்கறதுதான்... ஆனா...'

தனது பேச்சை பாதியில் நிறுத்திவிட்டு... எழுந்து கடலை நோக்கி நடந்தாள். அவள் முடிவில் இருந்த ஆர்வம் அவனை தன்னிச்சையாக பின்தொடரச் செய்தது. காப்பாற்ற வந்தவள் கைவிட மாட்டாள் என்று நம்பினான். கரையை நெருங்க நெருங்க அவனுக்கு அலை சத்தம் கேட்கவில்லை... அவனது இதயத்துடிப்புதான் கேட்டது. கரை வந்தது... நின்றாள். இவனை நோக்கித் திரும்பினாள்.

'உனக்குன்னு ஒரு கனவு இருக்கு சத்யா... உன்னோட அருமை எனக்கு நல்லா தெரியும்... உன் கனவோட அருமையையும் புரிஞ்சுக்கறதுதான் என் காதலுக்கு அழகுன்னு நினைக்கறேன்... உன் கனவ நான் கலைக்க விரும்பல... அதனால...'

'அதனால...' இந்த நொடி கடலைவிட அவனுக்கு பொறுமை பெரிதாக தெரிந்தது.

ஒரு அடி முன் வந்தாள்.

'சத்யா... உனக்கு உன் கனவுதான் லட்சியம்... இனிமே எனக்கு நீதான் லட்சியம்...' அவன் கண்களுக்குள் இதை சொல்லி முடித்து அவன் மார்பில் முகம் தழுவினாள்.

கடவுளை அடைய அவனது தேவதை வரம் தந்துவிட்டாள். அவள் கைகளை இறுகப் பிடித்தான். அவன் பிடித்த அழுத்தமே அவன் நன்றியின் ஆழத்தைச் சொன்னது. காதலிக்க மட்டும் ஒரு நேர்மையான பெண் கிடைத்து விட்டால் ஆணுக்கு இந்த

உலகமே கிடைத்துவிடும். சத்யாவின் கைகளில் இருந்தது நிவேதிதாவின் உள்ளங்கை அல்ல... அவன் இத்தனை நாள் இந்த உலகத்தில் எதிர்பார்த்த நம்பிக்கை... தன்மீது நம்பிக்கை இருந்தபோதும் இதுதான் தனக்கு வெளியே அவனுக்கு கிடைத்த முதல் நம்பிக்கை.

'இந்த கைகள் கடைசிவரைக்கும் உன் கைகள புடிச்சிருக்கும்... நீ என்னை நம்பலாம்... இனி நீதான் என் லட்சிய கனவு சத்யா.'

'இது போதும் நிவேதி... இந்த பூமியே எனக்கு பரிசா கிடச்ச மாதிரி இருக்கு...'

'சரி இப்ப உன் லட்சியத்த அடைய என்ன பண்ணப்போற...?'

'என் கண்முன்னால இலக்கு தெரியுது... அதுக்கான வழிகள் இன்னும் தெளிவா தெரியல... ஒரு பொருள அடைய முடியும்னு மனசார நம்பினா... அத நாம அடைய இந்த உலகமே வளைந்து கொடுக்கும் நிவேதி... எனக்கு நம்பிக்கை இருக்கு... நிச்சயம் ஒரு வழி கிடைக்கும்.'

6

அதே அலுவலகம்... அதே பணிச்சூழல்... இன்று நிர்ப்பந்தங்களே இல்லாத சுதந்திரப் பூங்காவாக தெரிந்தது கணிப்பொறிப் பூங்கா. காரணம் மனம்தான். இனி இந்த வேலையைத் தக்கவைத்துக் கொள்ள இருவருமே நினைக்கவில்லை. அவர்களிடம் பயமுமில்லை. சுதந்திரங்கள் இப்படித்தான் கிடைக்கின்றன. பயம் நீங்குகிறபோது கிடைக்கிற அடிமைத்தனமற்ற உணர்வு... அந்த உணர்வு நிலைதான் சுதந்திரம்.

சத்யாவுடன் பேசி முடிவெடுத்து இன்று தன் வேலையை ராஜினாமா செய்துவிட்டாள் நிவேதிதா.

இவர்கள் நண்பர்கள் வட்டத்தில் இதுதான் இப்போது பரபரப்பான பேச்சு. பலருக்கு இவர்கள் வேலையைவிட்ட காரணம் முழுதாக தெரியவில்லை. தெரிந்த சிலருக்கு அது போதுமானதாக இல்லை. பல விமர்சனங்கள் எழுந்தன. சத்யாவை பைத்தியம் என்றான் வேலைரீதியாக ஆகாத ஒருவன். நிவேதிதா அறிவுகெட்டு சத்யாவோடு போவதாக அறிவித்தாள் சத்யாவை அடைய நினைத்த ஒருத்தி. சில நண்பர்கள் இவர்கள் தோற்கப் போவதாகவே தீர்ப்பு வழங்கினர். இவற்றில் உண்மை இருந்தாலும் பொய் இருந்தாலும் கவலையில்லை என்றிருந்தான் சத்யா. அவன் தீர்மானத்தில் இருந்த மனிதாபிமானம்தான் அவனுக்கு முக்கியமாகப் பட்டது.

அலுவலக வளாகத்தில் ஒரு சிறிய பூங்கா அமைப்பில் தனியாக அமர்ந்திருந்தான் சத்யா. அவன் தோளை ஒரு கை தொட்டது.

'உன்ன நெனச்சா பெருமையா இருக்கு சத்யா...' இவர்களுக்கு ஆதரவாக அலுவலகத்தில் கேட்ட முதல் குரல்... சத்யாவின் உயிர் நண்பன் அரவிந்தின் அன்புக்குரல்.

'வா அரவிந்த்... இது ஒரு முயற்சிதான்... இதுல என்ன இருக்கு பெருமைப்பட...'

'முயற்சி செய்றதே பெருமைதானே சத்யா...'

'அதுசரி... ஒரு மனுஷன் முயற்சி செய்யவே ஆயிரம் தடைகள் இருக்கு பாத்தியா இந்த சமூகத்துல...'

'சமுதாயமே ஒரே வழில போகும்போது ஒருத்தன் மட்டும் தனி வழில போனா தடுக்கத்தான் செய்வாங்க... புடிக்குதோ இல்லையோ... பாதுகாப்பான வழில போகறதுதான் எல்லாருக்கும் சரின்னு படுது...'

'ம்ம்...'

'தனி வழில போறவங்கள... பொறாமையால... இல்ல குறைஞ்சது அக்கறையால... தடுக்கத்தான் செய்வாங்க.'

'ம்ம்ம்... அப்படி தடுக்கறது... ஒரு சமூகத் துரோகம்...'

'துரோகமா...'

'ஒருத்தர் செய்ய நினைக்கறத செய்ய விடாம தடுக்கறது துரோகம் இல்லையா...'

அரவிந்த் பதிலேதும் சொல்லவில்லை.

சத்யா அங்கு நிமிர்ந்து நிற்கும் பெரிய பெரிய கட்டிடங்களைப் பார்த்தான். வளர்ந்து நிற்கும் சாப்ட்வேர்துறை எத்தனையோ இளைஞர்களை குனியவைத்து அவர்கள் முதுகில் ஏறி நிற்பதைபோல் தோன்றியது அவனுக்கு. எத்தனையோ மக்களின் தனித்தன்மைகள் இறந்து கிடக்கும் சமாதிகளாகவே அலுவலகக் கட்டிடங்களை பார்த்துக் கொண்டிருந்தான்.

'அரவிந்த்... இங்க இருக்கற கட்டிடங்களில் மட்டும் சுமார் இருபதாயிரம் பேர் வேலை செய்றாங்க... நிச்சயம் இந்த இருபதாயிரம் பேரும் கண்டிப்பா சாப்ட்வேருக்காக பொறந்தவங்களா இருக்க முடியாது...'

'உண்மைதான்...'

'பலபேருக்கு வெவ்வேற கனவு இருந்திருக்கும்... இங்க வெறும் சூழ்நிலை கைதியாக இருக்கோம்...'

'ஆனா எல்லாம் இதுக்குன்னே பொறந்த மாதிரி... கடுமையா வேலை செய்யறோமே...'

'நாம வெறும் பணத்துக்காகத்தானே செய்றோம்... அதிகப் பணம் கிடைக்கிற வேற வேலை கிடைச்சா மாறிடுவோம்... ஏன் துறைகூட மாறிடுவோம்... இந்த துறைதான் தன் லட்சியம்னு செய்யலையே...'

'உண்மைதான்...'

'அப்ப என்ன அர்த்தம்...'

'.....'

'பணம்தான் லட்சியம்னு ஆகிடுச்சு. இந்தத் தலைமுறை வாழ்க்கைய நல்லா பாரு... வெறும் கடங்காற வாழ்க்க. எல்லார்கிட்டயும் கிரெடிட் கார்டு... எல்லாத்துக்கும் லோன். நம்ம அப்பா அம்மா... கைல இருந்த பணத்தவச்சு... அம்பது வயசுல வீடு வாங்கினாங்க... சந்தோஷமா இருந்தாங்க.

நாம இல்லாத பணத்த கடன் வாங்கி முப்பது வயசிலேயே வீட்ட வாங்கிட்டோம். உண்மையில வீட்ட வாங்கல... அடுத்த இருபத்தியஞ்சு வருசத்துக்கு கடனாத்தான் வாங்கியிருக்கோம். இங்க சந்தோஷம் இல்ல... பொறுப்புங்கற பேர்ல கவலத்தானே இருக்கு.

இல்லாத பணத்த கடன் வாங்கி செலவு செய்றது ஒரு வகைல ஒழுக்கக்கேடுதானே'

'.....'

'ஒரு கடன் அடையறதுக்குள்ள வேற எதுக்காவது கடன் வாங்குறோம்... இது எல்லாமே தேவையில்லாத கௌரவக் கடன்... இந்தக் கடனைக் கட்ட நேரம் காலம் பார்க்காம உழைக்கிறோம்...

கடைசில நம்பகிட்ட பணமும் இல்ல நமக்குன்னு நேரமும் இல்ல. எல்லாம் இருக்கறமாறியே இருக்கு... ஆனா எதுவும் இல்ல.

எதிர்காலம் நல்லா இருக்கணும்னு கம்ப்யூட்டர் முன்னால உக்கார்ந்து... இளமைக்காலம் முழுவதும் இழக்கறோமே... இப்படி ஒரு வாழ்க்க முறை நமக்கு நாமே செஞ்சிக்கிட்ட சமூக துரோகம்... இல்லையா?'

சத்யாவின் கேள்விக்கு எந்த பதிலும் வரவில்லை. நிவேதிதா அவளது தோழிகளுடன் வந்தாள். அரவிந்தின் சில நண்பர்களும் வந்தனர். சத்யாவுக்கு அறிமுகமாகாத அரவிந்தின் நண்பர்களும் அறிமுகமான நிவேதிதாவின் தோழிகளும் அவன் முயற்சி வெற்றிபெற வாழ்த்தினர்.

'எப்படி உங்களுக்கு வேலையவிட துணிச்சல் வந்துச்சு...'. நிவேதிதாவின் தோழி ஒருத்தி கேட்டாள்...

'பிடிக்காத ஒரு வேலையதானே விட்டேன்... இதுல என்ன துணிச்சல் தேவப்படுது...' சிரித்தான் சத்யா.

'ஏன் புடிக்கல்ல... ஐ.டி. பீல்டு நல்லா தானே இருக்கு...'

'நாம சின்ன வயசுல... கீ கொடுத்தா நடக்கிற பொம்மையோட விளையாடிருக்கோம்... இப்போ அதே அறிவியலின் கையில நாம கீ கொடுத்த பொம்மையா மாறிட்டோம்... தொழில்நுட்பம் வளர்ந்திருச்சு... மனுஷன் தேஞ்சிட்டான்.

கம்ப்யூட்டருக்கு போக மிச்சம் இருக்கிற நேரம்தான் நமக்கு. இதுல எதோ தப்பா தெரியல.'

'தப்பாதான் இருக்கு... இதெல்லாம் சரி செய்ய நீதான் சத்யா கம்ப்யூட்டர் இல்லாத ஒரு கம்பெனி ஆரம்பிக்கணும்...' சிரித்தபடியே குறுக்கிட்டான் அரவிந்த்.

'இப்பதான் இங்கேர்ந்து தப்பிச்சிருக்கேன்... மறுபடியும் கம்பெனியா... நீதான் சொந்தமா ஒரு தொழில் தொடங்கணும்ன்னு சொல்லிக்கிட்டே இருக்கியே... இந்த பொறுப்ப நீயே ஏத்துக்க...' அவனும் சிரித்தான்.

'எது நடக்குதோ இல்லையோ... ஆனா சத்யா... நீ கண்டிப்பா ஒரு நாள் எங்கள எல்லாம் ஆச்சரியப்பட வெக்க போற... நல்லா தெரியுது...'

'இந்த வார்த்தைகளுக்கு நன்றி... நம்பிக்கையா இருக்கு... நடக்கட்டும்.

சரி... ம்ம்ம்...

இன்னும் ஒரு மாசம்... நோட்டிஸ் பீரியட் முடிஞ்ச உடனே எங்க பயணம் தொடங்குது... நீங்க யாராவது எங்களோட வரீங்களா...?' சத்யா அழைப்பு விடுத்தான்.

'உன்னளவு துணிச்சல் வர எனக்கு இன்னும் கொஞ்ச நாள் எடுக்கும்... அப்போ முடிஞ்சா வரேன்... இப்போதைக்கு ஆளவிடு...' அரவிந்த் சிரித்தபடி சம்மதிக்கவில்லை.

'எங்களுக்கு இந்த வாழ்க்கையே பழகிப்போச்சு... நல்ல வேலை... நல்ல சம்பளம்... இதவிட்டுட்டு எப்படி சத்யா... நாங்க வரல...' இந்த ஏகோபித்த கருத்தை தெரிவித்து விட்டுப் பின்வாங்கினர் மற்ற நண்பர்கள்.

'அது சரி... எங்க போகப்போறீங்க சத்யா...?' அரவிந்த் கேட்டான்.

'அத சொல்றதுக்குள்ளேயேதான் வரமாட்டேன்னு சொல்லிட்டீங்களே...'

'எங்க போனாலும் வரபோறதில்லைதான்... நீ சொல்லு...'

'அப்பறம் எதுக்கு சொல்லணும்...' சிரித்தான் சத்யா.

'சரி ஒன்னு மட்டும் சொல்றேன்... ஒருத்தர பாக்க போறேன்... அவர பார்த்தா ஒரு வழி பிறக்கும்னு நம்பறேன்...'

கேள்வியும் கேலியுமாக இருந்தது இந்த இளைஞர் கூட்டம். நிவேதிதா கேள்விகள் இன்றி அவனை கவனித்துக் கொண்டிருந்தாள்.

7

காதலுக்காக எத்தனையோ பேர் ரயில் ஏறி இருக்கிறார்கள். கனவுக்காக ரயிலேறிய இந்த ஜோடியையும் அந்தப் பட்டியலில் சேர்த்திருந்தனர் சக பயணிகள். திரையரங்கு வாசனை... கோயில் வாசனை வரிசையில் ரயிலுக்கும் ஒரு தனி வாசனை இருக்கிறது. பயணங்களுக்கு நிறமும் இருக்கிறது. கோடை விடுமுறை பயணத்தில் இளமஞ்சள். நெருங்கிய உறவுகளைப் பார்க்க செல்கின்ற பயணத்தில் பசுமை. தேன்நிலவு செல்கின்ற பயணத்தில் வசீகரிக்கும் வெண்மை. இந்தப் பயணத்தின் நிறம் என்னவென்று தெரியவில்லை.

இது முற்றிலும் புதிய அனுபவம் என்பதால் தயாராக இருந்தாலும் லேசான தயக்கம் இருந்தது நிவேதிதாவின் நிலையில். தயக்கம் இல்லாதபோதும் இந்தப் பயணத்தின் வெற்றி தோல்விகளுக்கான பொறுப்பேற்க வேண்டிய நிர்பந்தத்தில் இருந்தான் சத்யா.

ரயில் புறப்பட்டது. ஜன்னல் கம்பியில் தலைசாய்த்தபடி நிவேதிதா... அவள் தோள்மீது சாய்ந்தபடி சத்யா.

'சத்யா... தூக்கம் வரலியா...'

'இல்ல நிவேதி... இதுதான் நாம தனியா போற முதல் பயணம்...'

'ம்ம்...'

'இந்தத் தனிமை எனக்குப் புடிச்சிருக்கு... உனக்கும் எனக்குமான உறவுல ஒரு நெருக்கம்... என் மேலான உன் நம்பிக்கை... ரெண்டுமே அதிகமான உணர்வு எனக்கு கிடைக்குது...'

'உன்மேல ஏன் நம்பிக்கை வெச்சிருக்கேன்னு தெரியல சத்யா... ஆனா அதிகமா வெச்சிருக்கேன்... இருந்தாலும்...'

'இருந்தாலும்...'

'ஒன்னுமில்ல... விடு... எல்லாம் நல்லா நடந்தா சரி... உன் நோக்கம் கை கூடினா போதும்... என் வாழ்க்கை நிறைவேறும் சத்யா.'

தங்கள் பயணம் வெற்றிபெறுமாவென நிவேதிதாவுக்கு உள்ளூர பயம் இருக்கிறது... அந்த பயம் சத்யாவுக்கு அறவே இல்லை... நேர்மையான நல்ல கனவுகள் பலிக்குமென நம்பினான். வீட்டில் முழுமனதாக அனுப்பி வைத்தார்களா இல்லையா என்று யோசித்தான். அதை பற்றி யோசித்தும் பங்கமில்லை என்று நிறுத்திக்கொண்டான். ஜன்னல் காட்சிகளில் மின்கம்பங்களும் மரங்களும் பின்னோக்கிச் சென்றுகொண்டிருப்பதைக் கண்டான். தான் விட்டுவந்த வாழ்க்கையோடு ஒப்பிட்டுக் கொண்டான். சிலவற்றை விட்டுவிட்டு வரும்போதுதான் முன்னேற முடியும் என்று ரயில் பயணம் அவனுக்கு சொல்லிக் கொண்டிருந்தது.

ரயில் வேகமாக நகரத் தொடங்கியது. உள்ளே மக்கள் பேச்சும் நடமாட்டமும் ஓய்ந்தது. ராத்திரி பயணத்தின் உண்மையான சூழல் உருவானது. இப்போது இருவரும் எதிர்எதிர் ஜன்னலோர இருக்கையில் அமர்ந்திருந்தனர். ஐபாடில் பாடல் கேட்கத் தொடங்கினான் சத்யா. அவளுக்கு இப்பொழுதுக் கேட்க விருப்பமில்லை. அவள் முகத்தில் அங்குமிங்கும் சிதறி... அவள் கண்களில் நிலைத்திருந்தது அவன் பார்வை. இசை ஒரு வரம். பெண் ஒரு வரம். கைக்கெட்டும் தூரத்தில் பெண்ணும் காதுக்கெட்டும் தூரத்தில் இசையும். இந்த இரண்டு வரங்களையும் சத்யா அந்த நொடி பெற்றிருந்தான்.

அந்த ஒரு மாத காலத்தில் இவர்களை திருத்துவதாக அறிவுரை சொன்ன நண்பர்கள் அதிகம். சத்யாவை இதைவிட

அதிக சம்பளம் கிடைக்கும் ஒரு வேலை தேடிக் கொண்டு வாழ்வை சிறப்பாக்கிக்கொள்ளச் சொன்னது ஒரு வட்டம். நிவேதிதாவை சத்யாவை விட்டுவிட்டு வெளிநாட்டில் சாப்ட்வேர் தொழிலில் செழிப்பாக இருக்கும் ஒருவனோடு வாழ்வை சௌகரியமாகிக்கொள்ளச் சொன்னது ஒரு வட்டம். இவர்களுக்கு நல்லதை சொல்லுவதாக நினைத்து அவர்கள் சொன்ன மேற்பூச்சான அறிவுரைகள் வீணாகத்தான் போயின.

இப்படி ஒரு பக்கம் தடைகளைப்போல சில தடைகள் விழுந்தபோதிலும்... சத்யாவின் தாயும் நிவேதிதாவின் தந்தையும் இவர்களை தடுக்கவில்லை. ஆதரிக்கவுமில்லை.

எந்த ஒரு நிகழ்வுக்கும்... சாதக விளைவுகளை தாண்டிய எதிர் விளைவுகளும் இருந்தே தீரும் என்பதை இந்த பயணத்தின் தொடக்கம் உணர்த்தியது.

பகுதி

2

தியானம்

நாம் பதட்டத்தில் இருக்கையில்
நம் கையில் உள்ள பொருளைக்கூட..
காணாமல் தேடிக் கொண்டிருப்போம்

வாழ்விலும் அப்படித்தான்..
நாம் பரபரப்பாகவே இருக்கும் வரை..
போக வேண்டிய சரியான பாதை தென்படாது

நாம் அமைதிக்காக்கும் பொழுது..
கேள்விகளே பதில்களாக உருமாறுகின்றன.

8

அது இறையூர் கிராமம்.

கிழக்கு மலைத்தொடர்ச்சியின் ஒரு சிறிய மலையும் அதன் அடிவாரத்தில் உள்ள நிலப்பரப்புமாய் அமைந்துள்ளது.

இருநூறு வரை எண்ணத் தெரிந்தால் போதும்... இங்குள்ள மக்கள் தொகையை எண்ணிவிடலாம். இயற்கை அந்த கிராமத்திற்கு பிரத்தியேகமாக கருணை காட்டுவதைப் போல் சூரிய ஒளியும் காற்றின் குளிரும் அளவாக கலந்த ஒரு இதமான வானிலைதான் பெரும்பாலும் இருக்கும். பூமி அங்கே மண்ணின் நிறத்தில் இல்லை. பசுமை படர்ந்து பெரும்பாலான இடங்களில் பச்சை நிறத்தில்தான் இருக்கும்.

சத்யாவும் நிவேதிதாவும் ஒரு மலைத்தோட்டத்தைச் சென்றடைந்தனர்.

அந்தத் தோட்டத்தை பராமரிக்கும் முதியவர் ஒருவர் இவர்களை விசாரித்தார்.

'கவிஞுரைப் பார்க்க வந்திருக்கோம்...' என்றான் சத்யா.

'ஐயாவ பாக்க வந்திருக்கீங்களா... அவர் தியானத்தில் இருக்காரு... உக்காருங்க வருவார்...'

கவிஞுருக்கும் தியானத்திற்கும் என்ன சம்பந்தம் என்று புரியவில்லை அவனுக்கு. தோட்டத்தின் நடுவில் வெட்ட வெளி வரவேற்பு அறைபோல் அமைந்த ஒரு பகுதியில் இருவரும் திண்ணையில் காத்திருந்தனர்.

'யார் சத்யா இவர்?'

'என் அப்பா தன்னோட மரணத்த இவர் ஒருத்தர்கிட்ட மட்டும்தான் தெரிவிக்கச் சொன்னார். என் அப்பாவோட பாலிய சிநேகிதர்... நல்ல கவிஞர்... பக்குவப்பட்டவர்... தனித்தன்மை வாய்ந்தவர்... அவரைத்தான் பார்க்க வந்திருக்கோம்...'

'அவர எதுக்குப் பாக்கணும்...'

'அப்பா பாக்கச் சொன்னது ஒரு காரணம். இன்னொன்னு... அவர் நமக்கு உதவுவார்னு தோணுது...'

இவர்கள் பேச்சை ஆற்றிக்கொண்டிருந்தபோது இருவருக்கும் சூடாக தேநீர் பரிமாறினார் முதியவர்.

'ஐயா... தியானம் முடிஞ்சி எழுதுவாரு... அவர் வர இன்னும் இரண்டு மணி நேரம் ஆகும்...'

'இன்னும் ரெண்டு மணி நேரமா... அப்போ... அதுவரைக்கும் நாங்க... இந்த மலைத்தோட்டத்த சுத்திப் பார்க்கலாமா...'

'பாருங்க தம்பி... எந்த தடையும் கிடையாது...' சொல்லிவிட்டு தன் வேலைக்குத் திரும்பினார் முதியவர்.

அழகான காட்சி வளம் கொண்ட மலைத்தோட்டம் அது. இவர்கள் அமர்ந்திருந்த இடத்திலிருந்துப் பார்த்தால்... சரிவில் வளர்ந்திருக்கும் ஒரு மரத்தின் கிளைகள்... கிளைகளில் பறவைகள்... அதற்கு பின்னணியாக விழுந்து கொண்டிருந்த அருவி... அருவியின் நிறத்தில் வானம். இப்படி ஒரு கச்சிதமான காட்சி தெரிந்தது. தேநீர் குடித்தபடி ஒருவருக்கொருவர் பேச்சில்லாமல் நடைபாதையில் நடந்து கொண்டே அந்த மலை அழகை ரசித்துக்கொண்டிருந்தனர். பச்சை மரங்கள்... வண்ணப் பூக்கள்... தூய்மையான நிறமில்லாத காற்று... பாதையில் மான்கள்... மயில்கள்... சூரியனின் ஒரு துண்டு பூமியானதைபோல் சொர்க்கத்தின் ஒரு துண்டு இந்த மலையாகியிருக்கலாம்.

அவர்கள் தேநீர் கோப்பையில் தேநீர் தீர்கிறபோது... மலைச்சரிவிலிருந்து ஒரு சிறிய பள்ளத்தாக்கைப் பார்த்து கொண்டு இருந்தனர். மனிதனின் வாழ்க்கையைப்போல் ஒரு பயங்கரம்... ஒரு அமைதி... இரண்டுமே இருந்தது அந்தக் காட்சியில்.

நேரம் கடந்தது.

'ஐயா எழுதி முடிச்சிட்டாரு... இன்னும் பத்து நிமிஷத்துல வருவாரு... நீங்க தோட்டத்துல உக்காருங்க...' சொல்லி நகர்ந்தார் முதியவர்.

கவிஞர் அதிகாலை எழுவார். ஒரு விறுவிறுப்பான நடைப்பயிற்சியில் தன் ரத்தத்திற்கு சோம்பல் முறிப்பார். தன் கண்களாலும் இதயத்தாலும் இயற்கையின் ஈரத்தை முத்தமிடுவார். விடியத் தொடங்கும் சூரியனின் செல்லமான சூடு முகத்தில் விழும்வரை ஓர் ஆழ்ந்த கருத்து தியானத்தில் இருப்பார். தியானம் முடிந்து விடிந்த காலைப் பொழுதில் எழுதத் தொடங்குவார். மனம் லயிக்கும்வரை கலையாமல் எழுதுவார்.

ஒருமுக சிந்தனையைத் தவிர எல்லாம் துறந்தவர். தன் மனதின் கனவுகளை வழிபடும் தீவிர ஞானி. தன் கவிதைகளை வியாபாரமாக்க விரும்பாத... தொடர்ந்து சிந்தனை தவம் செய்யும் ஓர் அரிய கண்ணியமான கவிஞர். வாழ்வை முக்காற்பங்கு வாழ்ந்து முடித்தவர். தன் படைப்புகளை இதுவரை வெளியிட்டதில்லை. மனித மனத்தைப் பற்றி... அதன் சக்தியைப் பற்றி... அதிகம் தியானிப்பார். மொத்த வாழ்வையும் வாழ்ந்து அந்த அனுபவக் கருத்துக்களை பின்னர் ஒரே படைப்பில் தர வேண்டும் என்று எண்ணி வாழ்பவர்.

உடல் பலம்தான் மன பலம். உடல் நலன்தான் மன நலன். இயற்கை வழியில் வாழ்ந்து உடலையும் பேணி மனதையும் காக்க கற்றுக்கொண்டவர்.

காலையில் பழங்களை உண்பார். காய்கறி சாற்றைக் குடிப்பார்.

மதியத்திற்கு மேல் தானிய உணவு. சிறிது ஓய்வு.

மாலை முழுவதும் தன்னை சந்திக்க வரும் ஊர்மக்களுடன் மனம் விட்டுப்பேசுவார். எல்லா நோய்களும் துயரங்களும் எண்ணங்களின் பலவீனங்களே என்று நம்புபவர். அவர் வார்த்தைகள் மருந்தாக அந்த ஊர் மக்கள் அவரை அவ்வப்போது பேசச்சொல்லி குணமடைந்து போவதுண்டு. கவிதைத் துளிகளாலும் தத்துவத் துளிகளாலும் அவர் தோட்டத்தில் தென்றல்... ஒரு இலக்கிய விசிறியாக வீசிக்கொண்டிருக்கும்.

மாலை சீக்கிரமே உண்பார். பச்சைக் காய்கறிகளை வேகவைத்து உண்பார். பழச்சாற்றைக் குடிப்பார்.

இரவு தொடங்கும்போதே தூங்கவும் தொடங்குவார்.

அவர் கிட்டத்தட்ட கடவுளுக்கு பக்கத்தில் வாழ்வதாக கருதியது அந்த ஊர். அவர் எண்ணமெல்லாம் இயற்கையை ஒட்டி வாழ வேண்டும் என்பதுதான். அதையே செய்கிறார்.

கவிஞர் தன் காலை நியமங்களை முடித்தார். சத்யா நிவேதிதாவை கவிஞரின் குடிலுக்கு அழைத்துச் சென்றார் முதியவர்.

'வணக்கம் ஐயா...'

'வணக்கம்... வாங்க...'

தன் தந்தை கொடுக்க சொன்னதாக கவிஞரிடம் ஒரு கடிதம் கொடுத்தான் சத்யா. அவர் படித்தார்... புரிந்துகொண்டார்.

'இந்நேரம்...' கவிஞர் தொடங்கினார்.

'அவர் இறந்துவிட்டார்...' சத்யா முடித்தான்.

தன் பாலிய சிநேகிதனை நினைத்துக் கொண்டார்...

'உன் தந்தையும் நானும் ஒன்றாக எதிர்காலத்தை திட்டமிட்டோம். எங்கள் கனவுகளை அடையப்போவதை

எண்ணி நாங்கள் பூரித்துப்போன ஏகாந்த பேச்சுக்கள்தான் எங்கள் இளமை பருவத்தை அதிகம் நிரப்பியிருந்தது.

நான் கனவை நிஜமாக்கினேன்... அவன் நிஜத்தில் கனவானான்...'

'பாவம்... இறக்கும்போது ரொம்ப வருத்தப்பட்டார் அப்பா...'

'பாவம்தான்... சரியான முடிவெடுக்க தெரியாதவர்கள் எல்லோருமே பாவம்தான்...'

தரையைப் பார்த்து இதை சொல்லி முடித்து சத்யாவின் கண்களைப் பார்த்துப் பேச்சைத் தொடர்ந்தார்.

'வாழ்க்கைமீது ஒரு பக்தி இருக்க வேண்டும். அந்த பக்தி இருப்பவன் வாழ்க்கைக்கு துரோகம் செய்ய மாட்டான். உன் தந்தைக்கு அந்த பக்தி குறைந்துகொண்டே போனது...' சற்று நிறுத்தினார்.

'கனவுகளைத் தொழுபவன்... பொழுதின் ஒவ்வொரு நொடியின் கையிலும் பூச்செண்டு கொடுப்பவன்... கனவுகளை கைவிட்ட உன் தந்தை... காலத்தின் கைகளில் வெறும் காய்ந்த சருகுகளைத்தான் கொடுத்தான்...' கவிஞர் முடித்தார்.

சில நிமிடங்கள் மௌனம் நிலவியது. கவிஞர் எதையும் பேசவில்லை. சத்யா எதையும் கேட்கவில்லை. இருவரும் நினைப்பும் இறந்துபோன அந்த மனிதனுக்கு இரங்கியது. தன் கனவுகளை வாழாமல் இறப்பவர்கள் அனைவருமே வாழ்வை வாழ்வதற்கு முன் அகால மரணம் அடைபவர்கள்தான்.

'காலம் மனிதனிடம் வாழ்க்கை என்னும் கோப்பையை கொடுத்து அனுப்புகிறது. அதில் அவன் எதை வேண்டுமானாலும் ஊற்றிக் குடிக்கலாம்.

பெரும்பாலும் மனிதன் தன் பக்கத்து மனிதன் குடிப்பதையே தானும் நிரப்பிக் குடித்துவிட்டு கடைசிவரை தன் சுவை

எதுவென்றே தெரியாமல் கோப்பையை எறிந்துவிட்டு இறந்துவிடுகிறான்.

ஒருசிலர் மட்டும்தான் தனக்கான பிரத்தியேகச் சுவையை அதில் ஊற்றிக் குடிக்கின்றனர்.

உண்மையில் பயன்படுத்த தெரிந்தவர்களுக்கு வாழ்க்கை ஒரு அக்ஷயக் கோப்பை. அதில் எதைக்கேட்டாலும் எத்தனை கேட்டாலும் கிடைக்கும். இது புரியாமல் வாழ்க்கை கோப்பைகள் பெரும்பாலும் வெறுமென எச்சில் படுத்தப்படுகின்றது.

வாழ்வின் சுவை என்பது மகிழ்ச்சிதான். சோர்வின் சுவையை நாம் ஒப்புக்கொள்ளாதவரை...' கவிஞர் மௌனம் கலைத்தார்.

'.....'

'எதுக்காக என்ன பார்க்க வந்திருக்கீங்க...?'

'எனக்கு ஒரு லட்சிய கனவு கவிஞரே...'

'.....'

'இந்த பூமில பொறந்த ஒவ்வொரு மனுஷனுக்கும் ஒரு கனவு இருக்கும்... அந்த ஒவ்வொரு கனவும் பலிக்கணும்... இந்த பூமிக்குள்ள எந்த ஒரு கனவும் நிறைவேறாம புதைஞ்சிடக் கூடாது... யாரும் ஒரு விரக்தியோட சாகக்கூடாது. எல்லாரும் வாழ்க்கைய மிச்சம் வைக்காம வாழணும்... இதுதான் என் கனவு... இத நிறைவேத்த எடுக்கற முயற்சியாதான் என் வாழ்க்கை இருக்கப்போகுது...'

அவன் சொல்லச்சொல்ல அவர் கண்கள்மூடி லயித்துப்போனார்.

'உங்களால உதவ முடியும்னு தோணுது. அதான் பார்க்க வந்தேன்.'

'நல்லது சத்யா... இந்த பூமி முழுவதையும் புன்னகையால் வெள்ளையடிக்க ஆசைப்படுகிறாய்... உன் கனவின் தூய்மை எல்லோருக்கும் கிடைக்க வேண்டிய ஓர் ஆனந்தம்...

ஆனாலும் சத்யா உன் கனவு பெரும்பாலும் பலிக்காது...'

சத்யாவிடம் ஆரவாரம் இல்லாத ஒரு அதிர்ச்சி.

'ஏன் கவிஞரே...' மெல்லக் கேட்டான்.

'இப்போது சொன்னால் உனக்கு புரியாது.

நேரம் வரும் போது சொல்கிறேன்.

இருப்பினும்... முயற்சியை மட்டும் விட்டுவிடாதே'

9

இங்கே மனிதன் தனியாக எழுவதில்லை. பறவைகளோடும் வளர்ப்புப் பிராணிகளோடும் எழுகிறான். அடர்த்தியான மரவெளியில் பறவைகள் அதிகாலை முதலே பாடத் தொடங்கிவிடுகின்றன. விதவிதமான பறவைகளின் விதவிதமான குரல்கள் ஒன்றுசேர்ந்து இசைக்கின்றபோது... பூமிக்கு இன்னொரு விடியல் கிடைத்ததற்காக அமைக்கும் சிம்ஃபனி ஆராதனைபோல் இருக்கும் நாளின் முதல் பொழுது.

இந்த காலை ஒரு புதிய அனுபவம்... இதுவரை அவசர வாழ்க்கைக்காக எழுந்த சென்னை விடியலைவிட... ஒரு அவசிய வாழ்க்கை... இங்கு மலைப்பிரதேச விடியலில் அழகாய் இருந்தது சத்யாவுக்கு.

முகம் கழுவி இயற்கையை பார்த்தபோது இப்படியும் பிரதேசங்கள் இருக்கிறதா என்று தோன்றியது நிவேதிதாவுக்கு.

மலைத்தோட்டத்தில் ஒரு குடிலில் இருவரும் தங்கியுள்ளனர்.

அந்த முதியவர் இருவருக்கும் தேநீர் கொண்டு வந்தார். ஒரு பெரியவர் தங்களுக்கு சேவை செய்வதை அவளது நாகரீகமும் அவனது மனிதாபிமானமும் தடுத்தது.

'என்ன தாத்தா இதெல்லாம்... நீங்க கொண்டுவந்துகிட்டு. கூப்பிட்டா நாங்களே வருவோமே...'

'இருக்கட்டும்மா... விருந்தாளிங்களுக்கு செய்யறதுதானே முற...'

'உங்களுக்கு ஏன் தாத்தா சிரமம்...'

'சிரமம் இல்லம்மா... உபசரிப்பது ஒரு சந்தோஷம்தான்...'

'உங்க பேர் என்ன தாத்தா...'

'பிச்சை...'

'இங்க சமையலும் நீங்கதானா...'

'ஆமாம்மா...

நீங்க எதுக்கு இங்க வந்திருக்கீங்க... எத்தன நாள் தங்க போறீங்க...'

'ஒரு பொது விஷயத்துக்காக சத்யாவோட வந்தேன்... எனக்கு தெரியாது எத்தன நாள் இருப்பேன்னு...'

'நீங்க கணவன் மனைவி தானே...'

'இல்ல தாத்தா... காதலர்கள்...' இந்த பதிலை அவர் எப்படி எடுத்துக்கொள்வார் என்று தெரியாமல் தயங்கினாள் நிவேதிதா.

'ரொம்ப நல்லது... இருக்கறதுலியே காதல் பருவம்தான் ரொம்ப அழகான பருவம்.

கல்யாணம் குழந்தை குட்டி எல்லாம்... நம்ம நேரத்தை வீணடிக்கிற விஷயமா மாற வாய்ப்பிருக்கு...

காதல் விட்டுக்கொடுக்கும்... கல்யாணம் எதிர்பார்க்கும்.

காதல்ல அழகு மட்டும் தெரியும். கல்யாணத்துல அழுக்கு தெரியும்.

நாம பார்க்கிற பார்வை மாறும்... அதே நபரை... அப்படியே மாற்றிக் காட்டும்.

என் அனுபவத்த சொல்றேன்...' சிரித்தார் பெரியவர்.

சத்யா அவளைப் பார்த்துக் காரணத்தோடு புன்னகைத்தான். அவள் முறைத்தாள்.

'சரி கவிஞர் ஐயா இப்ப தோட்டத்துக்கு போற நேரம்... நானும் போகணும்...'

'நானும் வரலாமா தாத்தா...' சத்யா கேட்டான்.

'அவசியம் வாங்க.'

10

ஒரு பெருத்த... மரத்திலேயே கனிந்திருந்த மாம்பழத்தை தொட்டுத்தடவி முகர்ந்து பார்த்தான் சத்யா.

'ஆஹா... என்ன மணம்... வாசனைக்கே நாக்கு ஊருது பிச்சை தாத்தா...'

'இது முப்பது வருஷம் முன்னால கவிஞர் நட்டது...

இப்படி ஓர் இடத்தில் வாழணும்னே... கவிஞர் தன் இளமையில் கொஞ்சக்காலம் சம்பாதித்து வாங்கிய அருமையான சொத்து இந்த தோட்டம். '

கவிஞர் மலைத்தோட்டத்தின் ஒரு பகுதியை நிலைக்கொள் வேளாண்மை பண்ணையாக (permaculture farm) அமைத்திருக்கிறார். ஆடு மாடு போன்ற வீட்டு பிராணிகளும்... பறவைகளும்... மரம் செடி கொடிகளும்... குளம் போன்ற சிறிய நீர்நிலைகளும்... அந்த பகுதியை சிறிய காடாய் மாற்றியது. ஒன்றை சார்ந்து ஒன்றாய் இயற்கை அங்கே தன்னை தானே வாழவைத்துக் கொண்டிருந்தது.

பக்கத்தில் ஒரு பகுதியில் விளைநிலம். கவிஞர் தானே பயிருக்கு இடையில் களைகளை எடுத்துக்கொண்டிருந்தார்.

'கவிஞரே... உங்களுக்கு விவசாயம் பண்ண தெரியுமா?'

சத்யா ஆச்சரியப்பட்டான்.

'எல்லோருக்கும் தெரிய வேண்டும். குறைந்தது தனக்கான உணவை தானே தயாரிக்க வேண்டும். '

'....'

'இது உணவு தயாரிக்கும் முறை மட்டுமல்ல. வாழ்க்கைக்கான கல்வி.

ஒரு விவசாயிக்கு கடினமாக உழைக்க தெரியும்.

விதைத்தவுடன் விளைச்சல் வரும் வரை பொறுமைக்காக்க தெரியும்.

பருவ மாற்றங்களை மதிக்க தெரியும்.

விளைச்சல் அமோகமாக இருந்தால் நன்றி சொல்லத் தெரியும்.

புயல் மழையால் பாழானாலும் இயற்கையை பழிப்பது வீணென தெரியும்.

ஒரு அறுவடையோடு அவன் இலக்கு முடிவதில்லை. மீண்டும் விதைப்பதும் வருவதை ஏற்றுக்கொள்வதும் வாழ்வின் சுயற்சி என அவனுக்கு தெரியும்.

பனிகாலத்திற்கு பின் வசந்தகாலம் என காத்திருக்க தெரியும்.

மொத்தத்தில் விவசாயிக்கு வாழத்தெரியும்.'

11

மலைத் தோட்டத்தில் அருவிக் கரையயில் சத்யா கவிஞர் பற்றிய பெரிய வியப்போடு அமைதியாக யோசித்துக் கொண்டிருந்தான்.

தான் எதற்காக தயாரானாரோ... தன் மனதை அதற்காகவே அவர் அடைகாப்பதை நினைத்து பிரமித்தான்.

கண்ணுக்கு எட்டும் தூரத்தில் அவர் வந்துகொண்டிருந்தார். அவருடன் இன்னொருவர்.

சத்யா அவரை அடைந்தான். வணங்கினான்.

'வா சத்யா. இவன் முகிலன்.'

சத்யா புன்னகைத்தான்.

'நம்ம கிராமத்து தலைவருடைய மகன். உன் வயதுதான் இருக்கும். அதற்குள் வாழ்க்கையை அளுத்துக் கொள்கிறான்.' சிரித்தார் கவிஞர்.

'சரி சத்யா. என்னை பார்க்க வந்தாயா?'

'ஆமா கவிஞரே. உங்ககூட பேசனும்னு எதிர்பார்த்துட்டு இருந்தேன்.

உங்கள பாத்தா எனக்கு ரொம்ப உத்வேகம் வருது... எப்படி நீங்க தினமும் உங்கள் நியமங்கள கடைப்பிடிக்கிறீங்க...'

மூவரும் ஒரு மரத்தடியில் இளைப்பாறினார்கள்.

'விடியல் ஒரு பிறப்பு.

அஸ்தமனம் ஒரு மரணம்.

இடைப்பட்ட காலம் ஒரு ஆயுளின் மாதிரி.

இந்தச் சின்னஞ்சிறிய காலத்தை சரியாக வாழத் தெரியாதவன் மொத்த ஜன்மத்தை எப்படி வாழப்போகிறான்?

அவன் நிச்சயம் காலத்தை வீணாக்கிவிடுவான்...'

அவனுக்கு ஒரு நாளின் அருமை... மிக மிக அதிகமாக தெரிந்தது. காலம் எத்தனை பெரிய அற்புதம் என்பதை சாதாரணமாகச் சொல்லிவிட்டார் கவிஞர்.

'நீங்க எப்படி கவிஞரே இப்படி ஒரு வாழ்க்கை முறையை தேர்ந்தெடுத்தீங்க...'

'அனைவருக்கும் விருப்பங்கள் இருக்கும்... தன் விருப்பம் போல் மனம் போன போக்கில் போகின்றபோது தனித்தன்மை வெளிப்படுகிறது. நான் என் விருப்பங்களிடம் என்னை முழுமையாக ஒப்படைத்துவிட்டேன். அது என்னை இங்கே இழுத்து வந்து போட்டு விட்டது...'

சத்தமாகச் சிரித்தார் கவிஞர்... தன் அனைத்திலிருந்தும் சிரித்தார்.

'ஒரு பெரிய வாழ்க்கைய வாழ்ந்துகிட்டு... அத அடஞ்ச முறையை இத்தன எளிமையாக சொல்ல உங்களால எப்படி முடியுது கவிஞரே...'

'பெரிய காரியங்கள் துவங்குவதுதான் கடினம். துவங்கி தொடர்ந்துவிட்டால் அடைவது எளிது.'

சத்யா பிரமித்துப் போய் கொண்டிருந்தான்.

'என் வாழ்வின் கொள்கையெல்லாம் வாழும்வரை புன்னகைப்பது... வெறும் உதடுகளால் அல்ல... இதயத்தால் புன்னகைக்க விரும்புகிறேன்... அந்தப் புன்னகை என் முகத்தில் மட்டுமல்ல... முடிந்தவரை பக்கத்து முகங்களிலும் பரவச்செய்ய வேண்டும்...'

'உங்களுக்கு வேற லட்சியம் கிடையாதா கவிஞரே...'

'என் லட்சியமே மகிழ்ச்சிதான்... மனநிறைவு மூலம் மகிழ்ச்சியடைவது.

ஆரம்பத்தில் அந்த மனநிறைவு எனக்கு கவிதை தியானத்தில் மட்டும் கிடைத்தது.

இப்போதெல்லாம் எதை செய்தாலும்... செய்யாவிட்டாலும்... நான் காரணமே இன்றி மகிழ்ச்சியாக இருக்கிறேன்.

உலகை வெல்வதல்ல என் பயணம்... வெறுமனே என்னை வெல்வது.

பணத்தை ஒரு பொருளாக பார்த்தால்... அதை வாங்க நான் மகிழ்ச்சியை செலவு செய்ய வேண்டும்.

இலவசமாய் என் இதயத்தில் கிடைக்கின்ற மகிழ்ச்சியை ஒரு போலி வாழ்க்கை வாழ நான் விற்க விரும்பவில்லை.

நான் பணம் சம்பாதிக்கும் வெறியை துறந்தேன். என் தேவைகளைக் குறைத்துக் கொண்டேன்.

இன்று மகிழ்ச்சி என் நரம்புகளிலெல்லாம் புத்துணர்ச்சியோடு பரவிவருகிறது. இந்த உணர்வுநிலைதான் என் பூரண விருப்பம்...'

'உங்க புரிதல் எனக்கும் கிடைக்காதா கவிஞரே'

புன்னகைத்தார் கவிஞர்.

'நான் நெனச்சத... என் நோக்கம் நிறைவேற என்ன செய்யணும்னு புரியாம எதிர்காலத்த பத்தி குழம்பியிருந்தேன். காலத்த இப்படி வீணடிக்கிறது வருத்தமும் கூட...'

'உண்மைதான் சத்யா.

நீ நாளைய பசிக்கு இப்போது உண்ண முடியுமா...?'

மௌனம்.

'நேற்றைய தாகத்திற்கு இப்போது தண்ணீர் குடிக்க முடியுமா...?'

மீண்டும் மௌனம்.

'இந்த நொடியை இந்த நொடிதான் வாழமுடியும்.

நிகழ்காலத்தின் அருமையை உணர்ந்தோர் வருந்தியதில்லை. என்னைப் பொருத்தவரை எதிர்காலம் என்பது நிகழ்காலம்தான். பக்கத்தில் இருக்கும் அந்த மரத்தடியை நீ சென்றடைய பத்து நொடி ஆகுமென்றால்... அதற்கான முதலடி இப்போது எடுத்துவைக்கிறாய் என்றால்... உன் நிகழ்காலத்திற்குள் எதிர்காலம் இருப்பது தானே உண்மை. எதிர்காலத்தில் வெற்றி வேண்டுமென்றால் அதற்கான முயற்சியை இப்போதே இந்த நொடியே செய்தாக வேண்டும். நான் இந்த நிகழ்காலத்தைப் போற்றுபவன். வருத்தத்திற்கோ ஏக்கத்திற்கோ இங்கு இடமில்லை. செயலுக்குத்தான் இடமுண்டு...'

'சத்தியமா பிரம்மிப்பா இருக்கு கவிஞுரே... நீங்க வாழ்க்கைய ஆட்சி செய்திருக்கிறீங்க... உங்க ராஜ்யம் அற்புதம்... உங்கள தாண்டி எந்த ஒரு சக்தியும் உங்கள ஆள நீங்க அனுமதிக்கறதில்ல... தன்னைத்தானே வெற்றிகொண்ட ஒரு மாவீரன் நீங்க...'

சத்யாவின் வியப்பைக் கண்டு சிரித்தார் கவிஞர்.

'நான் மாவீரன் எல்லாம் இல்லை சத்யா... சாதாரண மனிதன்... முக்கியமாக இயல்பான மனிதன்.

எப்போதும் விழிப்புணர்வோடு இரு. எப்போது நமக்கான வாய்ப்புகள் வரும்... யார் நமக்கான கதவுகளை திறப்பார்கள் என்பது ரகசியம். விழிப்புணர்வோடு இருப்பவன் எந்த ரகசியத்தையும் படித்துவிடுவான்.

இதுதான் வெற்றியின் திறந்த ரகசியம்...'

'கவிஞுரே'

'சர்க்கரையையும் உப்பையும் கலந்து வைத்துப்பார்... எறும்பு இனிப்பை மட்டும் எடுத்து செல்லும்... பூவிலிருந்து தேனை மட்டும் வண்டு எடுக்கும்... தனக்கு தேவையானதை மட்டும் பிரித்து எடுக்க பூச்சிகளுக்கு கூட தெரியும்... உயிர்களின் இயல்பே அதுதான். மனிதன்தான் இயல்பாக இருக்க மறுக்கிறான்.

அதோ அந்த பூவைப் பார்... ஒரு சத்தியமான அழகில் நிலைத்திருக்கிறது. அரிதாரமோ அலங்காரமோ இல்லை. அதன் வண்ணமும் வாசமும் உள்ளிருந்து வருகிறது. நாம்தான் வெளியே தேடுகிறோம்.

பிறந்த பயனின் எளிமையை கடைப்பிடிப்பதுதான் உண்மையான வெற்றி. இதை மனிதன் மறக்கிறான். இயற்கை ஞாபகப்படுத்திக் கொண்டிருக்கிறது.'

ஆரவாரம் இல்லாமல் அமைதியாக இருக்கும் கவிஞரின் மனநிலைக் கண்டு திகைத்தான் சத்யா.

மௌனமாய் விடைபெற்றான். தன் குடிலை நோக்கி நடந்தான்.

12

ஒரு வானவில்லின் துண்டைப்போல இருந்தது அந்த இளம் காதலர்கள் தங்கியிருந்த குடிலுக்கான பாதை. தழைந்த மரக்கிளைகளின் இலைகள் நடக்கும்போது சடாரி சாத்தியது. சில மரங்கள் பூச்சொரிந்தன. சில மரங்கள் பனி உருக்கி சொட்டின. ஆசிர்வாத நேரம்போல் அமைந்தது அந்த மாலை நேரம். தலைக்குமேல் பறந்துகொண்டிருந்த குருவி ஒன்று... ஒரு குட்டி விமானம்போல் அவன் தோளில் தரையிறங்கியது. தோளிலிருந்து தன் கைக்கு மாற்றினான். வெசவு இல்லா... கோபம் இல்லா... வஞ்சனை இல்லா... அந்த குருவியின் ஒலிகளை வார்த்தையாக்கிக் கொண்டால் எத்தனை அழகாகிவிடும் மனித மொழி.

'என்ன சத்யா... குருவி பிடிச்சிட்டு வந்திருக்க... அழகா இருக்கு.'

அதை வாங்கி ஒரு முத்தமிட்டு பறக்கவிட்டாள். மனிதர்களை கேலி செய்வதுபோல் சுதந்திரமாய் பறந்து சென்றது அது.

அவன் பதிலேதும் சொல்லவில்லை. அவளை மூச்சு முட்டும் வரை இறுக்கி அணைத்தான். அவன் இப்படி அவளை இதற்குமுன் அணைத்ததில்லை. அவன் இதற்குமுன் இத்தனை மகிழ்ச்சியாகவும் இருந்ததில்லை.

'என்ன சத்யா... நான் என் காதல சொன்ன அன்னிக்கி கூட இவ்வளவு சந்தோஷப்பட்டதில்லை நீ...' அதட்டினாள்.

'இப்ப மறுபடியும் காதல சொல்லு... அதவிட சந்தோஷப்படுவேன்...' இளகினான்.

'என்ன விஷயம்...'

'நான் வாழ்க்கைல செய்ய நினைக்கிறதெல்லாம் செய்ய வெக்க ஒருத்தர் இருந்தா எவ்வளவு நல்லா இருக்கும்னு தவிச்சது உண்டு நிவேதி. அந்த ஒருத்தர் கிடைச்சுட்டாரு... இந்த கவிஞர்... கண்டிப்பா இவராலதான் உதவ முடியும்...'

குடிலை நோக்கி நடந்தனர். அந்தப் பாதையில் இருந்த அழகை அளந்தபடி நடந்தனர். அவன் உள்ளங்கையில் அவள் உள்ளங்கையை ஒளித்துக் கொண்டாள். அவன் தோளில் இவள் முகம் சாய்த்தும் நிமிர்ந்தும் நேசமாடி கொண்டிருந்தது.

'இந்த பச்சை மரங்கள பாரேன்... இந்த இலைகள்ள இருக்கற சலிப்பில்லாத பசுமை எல்லா மனித முகங்களுக்கும் இருந்தா எவ்ளோ நல்லா இருக்கும்...'

'எப்போதுமே மனுஷன்... சமுதாயம்... பூமி... இதான் பேச்சு உனக்கு...' இப்போது காதல் பேசியிருக்கலாம் என்பதைப்போல வேண்டுமென்றே பெருமூச்சுவிட்டாள்.

'பழகிப்போச்சு நிவேதி...' தனக்கு இதுவும் காதலைப் போல்தான் என்பதைபோல் சிரித்து மழுப்பினான்.

பாதை முடிந்தது. குடில் வந்தது. முகப்பில் அமர்ந்து ஒருவரை ஒருவர் பார்த்துக் கொண்டிருந்தனர். விழிகள் பேசத்தொடங்கிய பின் வார்த்தைகள் அடங்கின.

அப்போது ஓர் இசை கேட்டது. புல்லாங்குழல் இசை.

13

மலைத்தோட்டத்திற்கு பக்கத்தில்... அங்கொரு நீரோடயில் கால் நனைத்தபடி ஒரு சிறுவன் புல்லாங்குழல் வாசித்துக் கொண்டிருந்தான்.

வெள்ளியில் செய்து வெண்ணெயால் பூசிய தேக வனப்பு. அந்தச் சிறுவனை பார்ப்பவர் கண்களெல்லாம் அந்தக்கணமே கைகளாய் மாறி அவனைக் கொஞ்சத் தொடங்கும்.

மாலை காலத்திற்கேற்ற ஒரு ராகம். அவன் ராகம் தெரிந்துதான் வாசிக்கிறானா என்று தெரியவில்லை. ஆனாலும் எப்போதும் அதில் ராகம் அமைந்திருப்பது உண்மை.

அந்த நீரோடையில் உப்புமூட்டை ஏறிக்கொண்டு மிதந்து சென்றன இலைகள். பக்கத்தில் ஒரு மரம்... அதில் காதலி தலையில் காதலன் சூட்டியதைப்போல் சௌந்தர்ய மலர்கள். காற்று... வீதியில் காசைக் கண்டெடுத்த குழந்தை உடனே கடைக்கு ஓடுவதைப்போல்... ஒரு மழலை வேகத்தில் வீசியது. மஞ்சள் பூசிய குமரிப் பெண்ணின் அழகில் மாலை சூரியன்.

இயற்கைக் காட்சிகள் அழகு. மலைப்பிரதேச இயற்கை காட்சி பிரத்தியேக அழகு. இந்த அழகை ஒரு பின்னணி இசையைக் கேட்டுக்கொண்டே ரசிப்பது என்பது கடவுள் நம் பிரார்த்தனைக்கு நம் தாய்மொழியில் பதில் சொல்லுவதைப் போல் ஒரு பரவசம். அந்தப் பரவசத்தில் இருந்தனர் இருவரும்.

நிவேதிதா சத்யாவுடன் சிறுவன் அருகில் சென்றாள்.

ஒரு கட்டத்தில் இசையை நிறுத்திக்கொண்டான்.

கண்களைத் திறந்தான். இவர்களுக்கு அவன் தெரிந்தான். அவனுக்கு இவர்களைத் தெரிந்திருக்க வாய்ப்பில்லை. அவன் கண்களுக்குப் பார்வையில்லை.

நிவேதிதா அழுதேவிட்டாள்.

சத்யா சிறுவனின் தலையை தடவிக்கொடுத்தான்.

'உன் பேர் என்னப்பா...'

புதிய குரல். அவன் இதுவரை கேட்காத குரல்.

'நீங்க யாருங்க...'

'நான் சத்யா... உன் பேர் என்னப்பா...'

'கவின்...'

இசை அவன் விரல்களில்தான் உற்பத்தியாவதைப்போல் தோன்றியது நிவேதிதாவிற்கு. அவன் பக்கத்தில் அமர்ந்தாள். அவன் சின்ன கைகளை எடுத்து முத்தமிட்டாள்.

'அற்புதமான வாசிப்பு கவின்...'

'நீங்க யாருக்கா...'

'என் பேரு நிவேதிதா...'

'அக்கா... நீங்க ரெண்டுபேரும் எப்போ வந்தீங்க...'

'உன்னோட வாசிப்பு கேட்டு வந்தோம்... கொஞ்ச நேரமாச்சு... யாருக்காக வாசிக்கிற கவின்...'

வெறுமென புன்னகைத்தான் கவின்.

'யாருக்காகவும் இல்ல அக்கா. எனக்கு வாசிக்க புடிக்கும்... அதான் வாசிக்கறேன்...' வாசிப்பதைப் பிறவிக் கடமையைப் போல் அவன் பாட்டுக்கு செய்து கொண்டிருக்கிறான்.

அவனை அணைத்து முத்தமிட்டாள்.

'சரி அக்கா... நேரமாச்சு... நான் கிளம்பறேன்...'

அவர்களிடம் விடைபெற்று தன் வழக்கமான பாதையில் மலையிறங்கி தன் குடிசைக்குச் சென்றான் கவின். அவன் மறையும்வரை அவன் உருவத்தை தங்கள் கண்களில் நிரப்பிக் கொண்டிருந்தனர்.

14

ஒரு நாள் காலை. தன் தியானத்தை முடித்துவிட்டு எழுதத் தயாரானார் கவிஞர். தன் குடிலில் தனது மேஜை நாற்காலியில் அமர்ந்து அகன்ற ஜன்னல் வழியே வெட்ட வெளியைப் பார்த்தபடி வழக்கம்போல் எழுதத் தொடங்கினார். இந்த காலை பொழுதில் அவருக்கு மனிதனின் மிகப்பெரிய பலவீனம் என்னவென்று சிந்திக்கத் தோன்றியது. தியானத்தில கிட்டத்தட்ட உண்மையை கண்டுபிடித்து விட்டார்.

'மனிதன் செய்கின்ற பிரார்த்தனைகள்... அவனது அவநம்பிக்கையைத்தான் வெளிப்படுத்துகிறது.

பிரார்த்தனை என்பது ஆத்மாவின் உயர்ந்த நிலையிலிருந்து இந்த பிரபஞ்சத்தோடு நடத்துகிற பேச்சுவார்த்தையாக இருக்க வேண்டுமே அன்றி தனக்காக பிச்சை கேட்கிற யாசகமாக இருக்கக்கூடாது.

கோவில்கள் எல்லாம் மனித சுயநலத்தின் அடையாள கோபுரங்களாகவே தென்படுகின்றன.

வார்த்தைகளால் பிரார்த்திப்பது கோழைகளின் கூச்சல்.

நேர்மையான செயல் மட்டும்தான் ஒரு வீரனின் பிரார்த்தனையாக இருக்க முடியும்.

தன்னை நம்புகிறவன் பொய் பிரார்த்தனை செய்வதில்லை.

செய்பவன் தன்னை நம்புவதில்லை.

நிகழ்வுகள் எல்லாமே நாம் தேர்ந்தெடுக்கும் எண்ணங்களின் இறுதி வடிவம் என்பதே சத்தியம். இந்த அறியாமை மட்டும்தான் பொய்.

ஒரு குழந்தை தன் தாய் தந்தையிடம் கெஞ்சிக் குழைவதில்லை... அல்லது கேட்காமலே கூட கிடைக்கிறது.

இந்த பூமி மனிதனின் வீடு. இறைவன் நம் தகப்பன். அவன் தாயுமானவன். அது தெரியாமல் மனிதன் உரிமையோடும் நம்பிக்கையோடும் வாழ மறுக்கிறான்.

பூமி தோன்றிய ஒரு பெரிய மனதிலிருந்துதான் மனிதன் தோன்றினான்.

மனிதன் தோன்றிய மனதிலிருந்துதான் வெற்றி தோல்வி தோன்றியது.

எல்லாமே ஒன்றென்பது உண்மை.

ஆகவே மனிதன் தனக்கான எண்ணங்களைத் தேர்ந்தெடுக்க வேண்டும். அந்த எண்ணங்கள் செயல்களைத் தேர்ந்தெடுக்கும். செயல்கள் நிகழ்வுகளைத் தேர்ந்தெடுக்கும். நிகழ்வில் எண்ணப்படி வெற்றி அல்லது தோல்வி இருக்கும்.'

எழுதி முடித்துவிட்டு கடைசி வரியைப் படித்தார். கண்களை மூடிக்கொண்டார். அந்த வரியை மீண்டும் ஆழமாகச் சிந்தித்தார். அவருக்கு கவின் நினைவுக்கு வந்தான். கவின் செய்துவரும் பிரார்த்தனை கிட்டத்தட்ட இந்த வகைதான். கவிஞர் இன்று தியானித்து எழுதியதை அவன் இத்தனை நாள் யோசிக்காமலே இசைத்து வருகிறான்.

15

மாலை.

'கவிஞரே... பிச்சை தாத்தா நீங்க இங்க வந்திருகிறதா சொன்னாரு...'

மலை இறங்கியதும் ஊருக்குள் ஒர் அழகான விளையாட்டுப் பூங்கா.

'வாங்க... வாங்க...'

'என்ன ஐயா சின்ன பசங்களோட விளையாடிட்டு இருக்கீங்க'

'ஆமாம். எனக்குள்ளே இருக்கும் குழந்தையை காப்பாத்திட்டு இருக்கேன்'

'கவிஞரே'

'இது ரொம்ப முக்கியம் சத்யா.

குழந்தைகளின் உலகம் தனி உலகம். அங்கே சந்தேகங்கள் இல்லை. எதிர்காலம் இல்லை. கடமைகள் இல்லை. இவைகள் இல்லாததால் கவலைகளும் இல்லை. அவர்கள் தான் ராஜாக்கள். அவர்களுக்கு கற்பனையில் எல்லாமே கிடைக்கின்றது. நினைத்ததும் பணக்காரனாகி கார் ஓட்டுவார்கள். போலீசாக மாறி திருடனைப் பிடிப்பார்கள். கற்பனையின் சக்தி அபாரம். அந்த நிலையில் யாராக வேண்டுமானாலும் மாறலாம். என்ன வேண்டுமானாலும் செய்யலாம்.

இந்த கற்பனை உலகைவிட்டு குழந்தைத்தனம் களையப்பட்டு பெரியவர்களின் உலகில் விழும்போதுதான் உடலும் மனதும் இணைந்து வலிக்கிறது.'

இந்த கிராமத்து சிறுவர்கள் விரும்பி விளையாடும் ஆனந்தப் பூங்கா இது. விளையாட்டில் விருப்பமில்லை என்றாலும் அவ்வப்போது இங்கே கவினை பார்க்கலாம். கவின் இருந்தால் அவனை அழைத்து வந்தது அப்புவாகத்தான் இருக்கும்.

அப்பு கவினைவிட இரண்டு வயது மூத்தவன். விளையாட்டில் மட்டும் அல்ல. எதிலும் ஒரு ஆர்வமும் ஈடுபாடும் உண்டு அவனுக்கு. அவனை சுற்றி பிள்ளைகள் கூட்டம் இருந்துக்கொண்டே இருக்கும்.

அந்தப் பூங்காவில் இவர்களுக்குத் தெரிந்தது கவின் மட்டும்தான்.

மெல்ல போய்... 'என்னையும் ஆட்டத்துல சேத்துப்பீங்களா...' கவினிடம் கேட்டாள் நிவேதிதா.

'அக்கா... வாங்க... இங்க நீங்க வருவீங்களா...'

'உன்ன பாத்துட்டேன் இல்ல. இனிமே வருவேன்...'

'அக்கா... என் பக்கத்துல இருக்கறது அப்பு...'

கவின் அப்புவை நிவேதிதாவுக்கு அறிமுகம் செய்தான். கொழுத்த அப்பாவி அழகன். அவன் நின்றுகொண்டிருந்த போதும் சுறுசுறுப்பு தெரிந்தது.

அப்புவின் கன்னத்தைத் தட்டினாள்.

'நீ தெனமும் கவின கூட்டிட்டுதான் வருவியா...'

'ஆமா... அவனுக்கு போரடிக்கும் இல்ல... அவன் எங்களுக்கு ரொம்ப நல்லா புல்லாங்குழல் வாசிச்சுக் காட்டுவான்... எங்க எல்லாருக்கும் பிடிக்கும்...'

அப்புவை அணைத்துக் கொண்டாள். குழந்தைகளின் எண்ணங்களும் தங்களுக்குள்ளான உபசரிப்புகளும் மிக அழகானவை.

'நீங்களும் விளையாட வாங்கக்கா...'

'இல்ல அப்பு... நீங்க எல்லாம் விளையாடுங்க... நானும் கவினும் பேசிட்டு இருக்கோம்...'

சத்யா இன்னமும் கவினுருடன்தான் பேசிக்கொண்டிருந்தான்.

'கவினுரே... பிள்ளைப் பருவம் அவ்வளவு சிறப்பானதா...'

'மிக சிறப்பானது சத்யா.

ஒரு மனிதன் தன் அடிப்படை குணப்பழக்கங்களுக்கு அஸ்திவாரம் இட்டுக் கொள்ளும் சரியானப் பருவம். தன் கட்டுக்கடங்காத கற்பனை எண்ணங்களுக்கு மொழித் தயாரித்துத் தானாகவே மீண்டும் ஒருமுறை பேசத் தொடங்கும் பாலியப் பருவம்.

இந்தக் குழந்தைகளின் சுதந்திரத்தை மட்டும் கட்டிக் காத்துவிட்டால்... இந்த உலகத்தின் மொத்த மகிழ்ச்சியையும் பத்திரப்படுத்தி விடலாம்.

சஞ்சலம் இல்லாத அவர்களின் உத்வேக அழகை பார்க்கின்றபோது... குழந்தைகள் சின்னச்சின்ன கடவுள்கள்... கடவுள்கள் விஸ்வரூபம் எடுத்தக் குழந்தைகள்.'

இரண்டு மணி நேரம் வெவ்வேறு விளையாட்டை விளையாடினார்கள். இருந்தும் ஓய்வெடுக்காமல் அடுத்ததாக கண்ணாமூச்சி விளையாடினார்கள். கவின் பிறந்தது முதலே இந்த விளையாட்டைதான் உலகத்தோடு ஆடுவதால் சிறுவர்களில் அவன் மட்டும் இதிலும் கலந்துகொள்ளவில்லை.

16

'எப்படி இருக்கீங்க முகிலன்?'

'எதுக்கு வாழணும்னு இருக்கு சத்யா...

கண்ணுக்கு எட்டுன வரைக்கும் எங்க நிலம் தான்... அப்பா சொத்து இருக்கு... உழைக்க தேவையில்லை.

இருந்தாலும் குடும்பத்துல நிறைய சிக்கல்கள்... நிம்மதி இல்ல...

மன அமைதிக்குதான் என்ன விலைனு தெரியல'

'.....'

'நீங்க சொல்லுங்க... அன்னைக்கு கவிஞர் உங்க கனவை பத்தி சொன்னார்.

எனக்கு ஒரு கனவும் இல்ல... எந்த லட்சியமும் தேவையில்ல...

இருக்கிற பிரச்சனைகள் தீர்ந்தாலே போதும்.'

'...ம்ம்... கவிஞர் என்ன தீர்வு சொன்னார் முகிலன்...'

'அவர் என் பிரச்சனைகள் என்னனு கூட கேட்கல...

ஆனா ஒரு கதை சொன்னாரு'

'என்ன கதைங்க'

'ஒருத்தன் இருந்தான். அவனுக்கு வாழ்க்கைல நிறைய குறைகள் இருந்துச்சு.

சலிப்பான ஆளு.

அவன் வீட்டு பக்கத்துல... ஒரு புதர் மண்டிய நிலம். அதுல ஒரு பாழடைஞ்ச தூண் மண்டபம்.

தினமும் அதை பார்ப்பான். ஒரு நாள் அதை சுத்தம் செஞ்சா என்னனு தோனிச்சு.

மெல்ல மெல்ல நிலத்துல இருந்த முள்ளு செடிகள வெட்டினான். பூச்செடிகள் வெச்சான். மண்டபத்தை சுத்தம் செஞ்சு வெள்ளை அடித்தான்.

அந்த இடம் பூங்காவா மாறிடுச்சு.

நிறைய பேர் வந்துபோனாங்க.

அந்த இடம் பயன்பட்டது.

முதியவங்க நன்றி சொன்னாங்க. குழந்தைங்க புன்னகை செய்தாங்க.

அவர்கள் மகிழ்ச்சியில் இவன் நிறைந்தான்.

இதெல்லாம் நடக்க நடக்க அவன் வாழ்க்கையில துன்பங்கள் எல்லாம் மெல்ல மெல்ல மறைய தொடங்கிடுச்சு.'

'அட இந்த கதை நல்லா இருக்கே'

'ஆமாங்க...'

17

கவிஞரை அருவிக்கரையில் சந்தித்தான் சத்யா.

'என்ன சத்யா... இந்த மலைத்தோட்ட வாழ்க்கை எப்படி இருக்கிறது...'

'நல்லா இருக்கு கவிஞரே... என் சிந்தனைகள் தெளிவாகிகிட்டு இருக்கு... உங்களோட அறிமுகம் எனக்கு கிடைத்த திருப்புமுனை...'

சத்யா கவிஞரின் நியமங்களை மெல்ல மெல்ல கடைப்பிடிக்கத் தொடங்கியிருக்கிறான். அதிகாலை எழுந்து நடைப்பயிற்சியிலும்... லேசான உடற்பயிற்சியிலும் ஈடுபடுவதுண்டு. தியானம் செய்யத் தொடங்கிவருகிறான். கவிஞரோடு பேசும்போதெல்லாம் தன் மனதில் இருக்கும் விஷயங்களை அவர் சொல்லும் கருத்துக்களோடு ஒப்பிட்டுப் பார்த்துக் கொள்கிறான். அவனுக்குத் தேவையான பாடங்கள் அவருக்கு தெரியாமலே அவனுக்குக் கிடைக்கின்றன. அவரின் நேரடி பயிற்சியில்லாமலே லட்சியப் பயணத்திற்கு ஆயத்தமாகிறான்.

சில விசேஷ மனிதர்கள் நம் வாழ்வை அர்த்தப்படுத்துவது உண்டு. புரட்டிப்போடுவதும் உண்டு. உதிர்ந்துகிடக்கும் ஒரு பறவையின் இறகைப்போல் துவண்டுகிடந்த சத்யாவின் கொள்கை இவரைச் சந்தித்தப் பிறகு சிறகாகிக் கொண்டிருக்கிறது.

'கவிஞரே... இன்னைக்கு எதபத்தி தியானம் பண்ணீங்க...'

'ஒரு மனிதன் நேர்மையாக இருப்பதைப் பற்றி...'

'நம்ம சமுதாயத்துல நேர்மை குறைந்திடுச்சுன்னு நெனைக்கறீங்களா...?'

'சமுதாயத்தைப் பற்றி அல்ல... ஒரு மனிதன் தனக்குத்தானே நேர்மையாக இருத்தலைப் பற்றி...'

இன்றும் ஒரு புது அனுபவம் கிடைக்கப்போவதை உறுதிசெய்துகொண்டு கவிஞுரைக் கவனிக்கத் தொடங்கினான்.

'எப்போதும் உண்மையைப் பேசுவது சுலபமல்ல சத்யா... உண்மையாய் இருத்தல் சுலபமே அல்ல...

நம் மனசாட்சிதான் நமக்கான முதல் பெரிய சட்டம். நமது இயல்புக்கு நேர்மையாக இருந்ததைவிட பெரிய கடமை நமக்கு இல்லை.

உலகின் அறிவுரைக்கோ பரிகாசத்திற்கோ பயந்து நம் கருத்தை மாற்றிக்கொள்வது நம்மை நாமே ஏமாற்றிக் கொள்வதாகும்.'

'உண்மைதான் கவிஞுரே... சில நேரத்துல அடுத்தவங்க மனசுக்கு பிடிச்ச மாதிரி நடக்கணும்னு நெனச்சி... நம்ம மனசுக்கே பிடிக்காம நடந்துக்கறோம்...'

'எதற்காக நடிக்க வேண்டும். நடிப்பது என்பது இயலாமையின் வெளிப்பாடு. போலித்தனம் என்பது தற்கொலை. அடுத்தவன் அங்கீகாரத்திற்காக எதற்காக நாம் ஏங்க வேண்டும்.'

'நானும் பல முறை முயற்சி பண்ணிருக்கேன். எல்லா நேரத்துலயும் உண்மையா இருக்க முடியல... சில நேரத்துல மனுஷங்க முகத்துக்கு நேரா உண்மையப் பேசமுடியாம... என்ன நெனைப்பாங்களோன்னு... சின்னச்சின்ன பொய்கள நெறைய சொல்ல வேண்டியது இருக்கு... பொய் பேசறது தற்காலிக தப்பிப்பாதான் இருக்கு. நம்ம முகமும் கொள்கையும் சின்னப் பொய்கள்லகூட மறைஞ்சிப் போகுது...'

'ஆமாம் சத்யா.

விருப்பமில்லாமல் விட்டுக்கொடுத்தல் என்பதே தோல்விதான்.

நமக்குப் பிடிக்காமல் உடன்பாடில்லாமல் ஒரு கருத்தை ஒப்புக்கொள்ளுதல் என்பதுகூட அவமானம்தான்...

ஓர் அசாதாரண கடவுள் தன்மை உள்ளவனால் மட்டுமே இந்த சமூகத்தின் சராசரி போக்கை உதறிவிட்டு தன்னையும் தன் செயலையும் நம்ப முடியும்.

மனதில் பட்டதைப்போல் நடக்க தனி துணிச்சல் வேண்டும். அந்தத் துணிச்சல் ஒருவன் தனக்குத்தானே நேர்மையாக இருக்கும்போதுதான் முடியும்...'

'இப்படி நேர்மையா இருக்க என்ன பண்ணனும் கவிஞரே...'

'நீ நீயாக மட்டும் இருக்க வேண்டும்.

உன்னைத் தடுக்க உலகமே கூச்சலிட்டாலும் திரும்பிப் பார்க்காமல் நடைபோடு.

நீ எடுத்து வைக்கும் முதலடியில் உன்னை கட்டாயம் உலகம் கேலி செய்யும். உன் கடைசி அடியை எடுத்து வைக்கும்போது நீ ஏறி நிற்கும் உயரத்தைப் பார்த்து நிச்சயம் இந்த உலகத்தால் பிரம்மிக்காமல் இருக்க முடியாது.'

கவிஞர் நிறுத்தினார். உடனே பலத்த குரலில்... 'கேலி செய்வோர் வெறும் பார்வையாளராகத்தான் இருப்பார்கள் சத்யா... அதை சட்டை செய்யாதவன் கதாநாயகனாக இருப்பான்...'

'கவிஞரே பிரமாதம்... இதுவரைக்கும் சாதாரணமா பயன்படுத்திட்டு இருந்த வார்த்தைக்கு இத்தன ஆழமா ஆன்ம அர்த்தம் சொல்லீட்டிங்க...'

சத்யாவுக்கு பயன்படுவதில் மகிழ்ச்சிகொண்டார் கவிஞர். மனிதகுலத்தில் தயக்கமும் பயமும் நீங்கிவிட்டால் ஒவ்வொரு தனிமனிதனின் ஆற்றலும் சக்தியும் எத்தனை உயரத்தில் இருக்கும் என பூரிப்படைந்தார். அதற்கு தனிமனித நேர்மை இன்றியமையாதது என்பதை பகிரங்கப்படுத்திக் கொண்டார்.

'நாளைய பொழுதுக்கு தயாரா?'

புன்னகைத்தான் சத்யா.

18

மலை உச்சி. வெட்டவெளி. விடிந்த காலை.

ஒத்திடம் கொடுக்கும் சூட்டில் சூரியன். ஊதிவிடும் வேகத்தில் காற்று.

'மஞ்சள் சூரிய ஒளி எந்த பொருள் மேல விழுந்தாலும்... அந்த பொருள் அழகா இருக்கும்னு ஆங்கில கவிஞர் ஷெல்லியின் கவிதை ஒன்னு... ஆனா அதே ஒளி ஒரு அழகான பொண்ணுமேல விழும்போது... இந்த நிமிஷம் நீ இன்னும் எவ்ளோ அழகா இருக்கத் தெரியுமா...' பேசிக்கொண்டே நிவேதிதா கழுத்தில் தாலிக்கட்டினான் சத்யா.

காதலனுடன் இருக்கும்போதே ஒரு பெண் அழகாகி விடுகிறாள். அதிலும் அவன் பாராட்டிவிட்டால் அவள்தான் பேரழகி. சந்தோஷ வெட்கத்தை மறைக்க முயன்றாள். வெட்கத்தை மறைப்பது வெட்கத்தைவிட அழகு. சத்யாவின் பார்வை அந்த வெட்கத்தை துடைத்துக் கொண்டிருந்தது.

காலை கதகதப்பு. மாலையும் மணமுமாக சத்யாவும் நிவேதிதாவும்.

'இல்லறம் போல் ஒரு நல்லறம் இல்லை. வாழ்க்கை துணையோடு இல்லத்தில் இருந்து செய்யும் அறம் பெரிய வாய்ப்பு.

அன்பும் அறனுமே வாழ்வின் பண்டும் பயனும்.'

கவிஞர் திருக்குறள் ஓதினார்.

'நிவேதிதா உன் வாழ்க்கைல இருக்கிறது எனக்கு நிம்மதியா இருக்கு சத்யா...'

சத்யாவின் தாய் அவளை முத்தமிட்டாள்.

'ஆமா... இனி நிவேதிதாதான் சத்யாவ வழிக்கு கொண்டுவரணும்...' இது நிவேதிதாவின் தந்தையின் வாழ்த்து.

'அப்பா... எல்லாம் சரியாதான்பா போகுது...' அவரை அணைத்துக் கொண்டாள்.

'சூப்பர் சத்யா... ஓப்பன் ஏர்ல... இயற்கையா சிம்பிளா ஒரு கல்யாணம். இதுதான் ஃபர்ஸ்ட் டைம் நான் பார்க்கறேன்...' இது அரவிந்தன்.

'உன் துணிச்சலை பாராட்டுறேன் நிவேதி... உன் வாழ்க்கை நல்லா அமையும்...' இது அவளது தோழி சந்தியா.

மற்ற நண்பர்களும் வாழ்த்தினர்.

இந்த ஜோடி... தன் பெற்றோர்களையும் நண்பர்களையும் வரவழைத்திருந்தனர். இவர்கள் வாழ்க்கைக்கும் முயற்சிக்கும் இன்னும் பிடிப்புக் கிடைக்க கவிஞர் உடனே செய்த ஏற்பாடு இது. எல்லோரும் கதை பேசிக்கொண்டு இறங்கி வந்தனர்.

'என்ன அரவிந்த்... ஆறு மாசத்துல... இவ்வளவு குண்டாயிட்ட...'

'ஒரே வேலை சத்யா... தூங்கற நேரத்துல சாப்பாடு... எழுந்துக்குற நேரத்துல தூக்கம்... கடுப்பா... இருக்கு '

'சாப்பிடாம தூங்காம என்னதான் வேலையோ...'

'டேய்... நீ ஒரு முன்னால் சாப்ட்வேர் இன்ஜினியர்... மறந்துடாதே ...'

எல்லோரும் சிரித்தார்கள்.

'சரி சத்யா... கேட்கறேன்னு தப்பா எடுத்துக்காதே... எந்த தைரியத்துல கல்யாணம் பண்ண... சாப்பாட்டுக்கு என்ன பண்ற...

இப்படியே வேலைக்கு போகாம எத்தனை நாள் ஓட்ட முடியும்...'
சத்யாவின் நண்பன் ஒருவன் கேட்டான்.

'நான் ஒருமுறை கவிஞர்கிட்டே கேட்டேன்... எல்லாருமே
எந்தவித வேலைக்குமே போகாம... கனவை மட்டுமே நோக்கி
போக முடியுமான்னு...

ஒருவன் தன் பசியையும் ஆரோக்கியத்தையும் தானே
கவனித்துக் கொண்டால் அப்படிப் போகலாம்னு சொன்னார்...'

'அப்படின்னா...' அரவிந்தன் கேட்டான்.

'கவிஞர் அப்படித்தான் வாழறாரு... தனக்கான உணவை
தானே விளைய வெச்சிக்கிறாரு... ஆரோக்கியத்துக்கு ஒரு
ஒழுக்கமான வாழ்க்கை முறைய கடைப்பிடிக்கிறாரு.'

'.....'

'எல்லோரும்   எப்படி   அடிப்படையா   ஒரு   வீட்டுல
இருக்கிறோமோ... அடிப்படையா விளையவைக்கவும் ஒரு நிலம்
தேடிக்கணும்... இப்படி வாழ்ந்தால் வாழ்க்கை நமக்கு சுமையாக
இருக்காது.'

'.....'

'நானும் கவிஞர் தோட்டத்துல... ஒரு நிலையான தற்சார்பு
முறைய (Self Sustaining Model) தான் கடைப்பிடிக்கிறேன். இந்த
முறையில் நாளின் பாதி பொழுது நம்ம கனவை கடைப்பிடிக்க
கிடைக்கும்.'

'அப்போ... 9 டு 5... வேலை செய்ய தேவையில்லைன்னு
சொல்லு...'

'ஆமா... மதியானம் வரைக்கும் செஞ்சா போதும்... மாலை
நேரமும் இரவு நேரமும் வாழ்க்கைய அனுபவிக்கலாம்...'

'கவிஞர் பெரிய ஆளா இருப்பாரு போல... நல்லா சொல்லியிருக்காரு... அவரை நாங்கள் சந்தித்து பேச முடியுமா...'

'தாராளமா... மாலை நேரமனாலே ஊர் மக்கள் யாராவது வந்து சந்திப்பாங்க... அவரும் பேசுவார்... இன்னைக்கு மாலை நேரம் நம்மகூடதான்'

19

சூரியன் சாயத்தொடங்கிய மாலை நேரம்.

நண்பர் கூட்டதில் சிலர் தேநீர் குடித்துக் கொண்டிருந்தனர்... சிலர் இரவில் எரித்து குளிர்காய விறகு அடுக்கி கொண்டிருந்தனர்.

ஊர் மக்கள் சிலர் புது மண ஜோடியை வாழ்த்த வந்திருந்தனர்.

எல்லோரும் வட்டமாக அமர்ந்து கொண்டார். புது மண ஜோடியும் நண்பர்களோடு நண்பர்களாக இணைந்திருந்தனர்.

கவிஞர் வந்தார்.

'சத்யாவின் தாய்... நிவேதிதாவின் தந்தை... மணமக்கள்... அவர்களின் நண்பர்கள்... மற்றும் வந்திருக்கும் ஊர் மக்கள்... எல்லோருக்கும் வணக்கம்.

இந்த ஜோடியின் திருமணத்தை நடத்திவைத்ததில் எனக்கு மிக்க மகிழ்ச்சி.

சத்யாவின் முதல் அறிமுகமே சற்று வித்தியாசமாக அமைந்தது.

தனக்கென ஒரு தனி கனவு இல்லாமல்... எல்லோர் கனவும் பலிக்க வேண்டும் என்னும் சத்யாவின் சிந்தனை அபாரமானது. புதிய முயற்சி.

ஒரு கூட்டுக் குடும்பத்தில் ஒருவர் எடுக்கின்ற முடிவு எப்படி மற்றவர்களை பாதிக்கும்மோ... அப்படித்தான் இந்த கூட்டுச் சமுதாயத்தில ஒருவரின் முடிவு அடுத்தவர்களை பாதிக்கும். ஒருவரின் நல்லது கெட்டது அடுத்தவர்களையும் பாதிப்பதால்... நாம் நன்றாக இருக்க பக்கத்து மனிதனும் நன்றாக

இருக்க வேண்டியிருக்கிறது... நம் கனவு பலிக்க அடுத்தவர் கனவும் கொஞ்சமாவது பலிக்க வேண்டியிருக்கிறது. அடுத்தவர் அனுமதிக்க வேண்டியிருக்கிறது.

இருவர் மட்டும் சம்பந்தபட்டதல்ல இவர்கள் வாழ்க்கை.

சமூகத்தோடு சம்பந்தபட்டது.

இவர்கள் முயற்சி அர்த்தமுள்ளதாக உங்களோடு சேர்ந்து வாழ்த்துகிறேன்.'

கரகோஷம் எழுந்தது.

நண்பர்கள் கைகொடுத்தனர்.

கவினின் தாய்... ஆசிரியர் சரஸ்வதி... ஒரு புத்தகம் கொடுத்து வாழ்த்தினார்.

முகிலன் தன் தோட்டத்து மண்ணை ஒருசின்ன பெட்டகத்தில் வைத்து கொடுத்தான்.

பிச்சை தாத்தா மலர் கொடுத்தார்.

அப்பு மிட்டாய் கொடுத்தான்.

கவின் முத்தம் கொடுத்தான்.

வேறு சிலர் மொய் செய்தனர்.

இரவு உணவருந்தினர்.

நண்பர்கள் விறகுகட்டைகளுக்கு தீ மூட்டினர்.

மீண்டும் எல்லோரும் வட்டமாய் அமர்ந்தனர். வட்டத்தின் தொடக்கத்தில் போடப்பட்டிருந்த ஒரு நாற்காலியில் கவிஞர் அமர்ந்தார்.

'**க**விஞரே... உங்கள பத்தி என் நண்பர்கள்கிட்ட சொன்னேன்... கனவை பத்தி லட்சியங்கள பத்தி... நிறைய கேள்விகள் வெச்சிருக்காங்க... கேட்கலாமா...' சத்யா கேட்டான்.

'கேளுங்கள்... வாய்ப்பிருந்தால் சிறிது காலம் இங்கு தங்கி இருங்கள்... உங்களை அன்போடு அழைக்கிறேன்...' கவிஞர் நண்பர்களை பார்த்து சொன்னார்.

'வணக்கம் ஐயா... ரொம்ப அடிப்படையான கேள்வி...

நான் செய்யற வேலை எனக்கு ஒத்துவரலை... பிடிப்பு இல்லாமதான் பல காரியம் செய்யறேன்... எங்களுக்கு என்ன கனவு... லட்சியம்னே தெரியலை...

முதல்ல நம் கனவு என்னனு எப்படி கண்டுபிடிக்கறது' அநேகர் மனதிலும் இருக்கக்கூடிய கேள்வியை கேட்டாள் சந்தியா.

'அருமையான கேள்வி மகளே.

கனவை நோக்கி திருப்புவது சுலபம்தான். நீங்கள்... நீங்களாக இருந்தால் போதும்.

நீங்கள்... நீங்களாக இருங்கள்.

இயல்பாய் இருங்கள்.

மனதில் சரி என்று தோன்றுவதைச் செய்யுங்கள்... மனம் சொல்வதை செய்தாலே போதும்.

மனக்குரலைக் கேட்டாலே போதும்...'

கவிஞர் பேச்சை நிறுத்தினார். ஒருமுறை மூச்சை நன்றாக உள்ளிழுத்து வெளிவிட்டார்.

'மனக்குரலைக் கேட்டாலே போதும்...

உங்கள் கனவு உங்களுக்கு புரியும்... சூரியனை பார்த்து தானாக திரும்பும் சூரியகாந்திப் பூவைப்போல்... மனக்குரலை கேட்டு தானாக திரும்பும் கனவு.

மனக்குரல் என்பது மனசாட்சியின் குரல்... அதை நீங்கள் கேட்காமல் இருப்பது எத்தனைப் பெரிய இழப்பு தெரியுமா.

மனிதன் தனக்குள்ளே கேட்கும் இந்த மனக்குரலை மதிக்க கற்றுக்கொள்ள வேண்டும். அது எப்போதும் நமக்கு எது

தகுந்ததோ எது உகந்ததோ அதை மட்டும்தான் சொல்லும். இன்னும் சொல்லப்போனால் நம்மால் முடிந்ததை மட்டும்தான் சொல்லும்.

அதைக்கேட்டு நடக்கும்போதெல்லாம் மனதில் ஒரு நிறைவு கிடைக்கும். இந்த நிறைவு வேறு எதிலும் கிடைக்காது. இந்த நிறைவை அடைவதுதான் நம் லட்சியமாக மாறும்...'

சந்தியாவுக்கு சிலிர்த்தது.

'ஐயா ஒரு சந்தேகம் கேட்கலாமா...' சரஸ்வதி கேட்டார்.

'கேளுங்கள்...'

'நீங்க சொல்கிற இந்த நிறைவு... ஒருசில முறை நான்... பள்ளிக்கு வெளியே மாணவர்களுக்கு மாற்று வழி கல்வி சொல்லித்தரும் போது மட்டும் எனக்கு கிடைச்சிருக்கு... அப்போ நான் லட்சியத்த அடைஞ்சிட்டேனா...?'

'இல்லை.

இன்று அடுத்து அடுத்து கேள்விகள் ஆழமாக அமைகிறது... நானும் விரிவாகவே பதில் சொல்ல விரும்புகிறேன்.

ஒருமுறை இருமுறை அடைவதெல்லாம்... நாம் லட்சியத்தை அடையாளம் காணும் நொடிகள் தான்... அந்த நிறைவை எப்போதும் நிரந்தரமாக அடைவதுதான் நம் கனவாக லட்சியமாக இருக்க முடியும்.

உங்கள் விஷயத்தில் மாற்றுவழி கல்விக்காக உங்களை அர்ப்பணிப்பதே உங்கள் லட்சியமாக இருக்க கூடும். அவ்வப்போது உதவினால் அவ்வப்போது மட்டுமே நிறைவு கிடைக்கும்...

எப்போதுமே மனக்குரலை கேட்டு நடந்தால் தான்... இதே நிறைவை மீண்டும் அடைவதற்காக... நிறைவு கிடைக்கின்ற செயல்களில் மீண்டும் ஈடுபடுவோம்... மீண்டும் மீண்டும் ஈடுபடுவோம்.

நமக்கு நிறைவு கிடைக்கும் இந்த செயல்களில்தான் நம் தனித்திறமை அடையாளம் தெரியும்.

மீண்டும் மீண்டும் செய்வதால் அந்தச் செயல்கள் காலப்போக்கில் நம் பழக்கமாக மாறிவிடும். அதுவே நம் திறமைக்குப் பயிற்சியாக அமையும். இப்படி திறமையையே பழக்கமாக வளர்த்துக் கொண்ட மனிதனால் நிச்சயம் கனவை நோக்கி மட்டுமே முன்னேற முடியும். பாதை தவற முடியாது.'

கவிஞர் மீண்டும் பேச்சை நிறுத்தினார். ஒருமுறை மூச்சை நன்றாக உள்ளிழுத்து வெளிவிட்டார்.

'ஐயா... அப்ப பழக்கம்தான் கனவ அடைய உதவுமா...?' அரவிந்தன் கேட்டான்.

'நல்ல பழக்கம் உதவும் தம்பி. மனக்குரலைக் கேட்கும்போது நல்ல பழக்கம் பலமாகும்.

தீயபழக்கங்களும் இப்படித்தான். எதிர்மறையாக உருவாகிறது. மனக்குரல் நமக்கு சொல்லும் தகுந்ததை விட்டு விட்டு தகாததை செய்யும்போது தீய பழக்கத்துக்கு அடிமையாகி கனவை விட்டு விலகிவிடுகிறோம்.

குடிப்பழக்கம்... போதை பழக்கம்... சிற்றின்பம் தரக்கூடிய கெட்ட குணங்கள் முதல்... நாம் தவறென்றே கருதாத சோம்பேறித்தனம் வரை... எல்லாம் இப்படித்தான் உருவாகிறது.

ஆக, வெற்றி என்பதும் பழக்கம்தான்.

தோல்வி என்பதும் பழக்கம்தான்.'

அரவிந்தன் முகம் எதோ குற்ற உணர்ச்சியால் மாறுவதை கவனித்தார் கவிஞர்.

'உன் லட்சியம் என்ன அரவிந்தா...'

'சொந்தமா ஒரு தொழில் தொடங்கனும்...'

'ஏன் இன்னும் முயற்சி செய்யவில்லை'

அரவிந்தனிடம் பதில் இல்லை.

'நானே காரணத்தை சொல்லட்டுமா?

சரி... தவறாக நினைக்க வேண்டாம்... நீ இந்த தொப்பையோடு பருமனாகவே இருக்க விரும்புகிறாயா...'

அவன் முகத்தில் அசௌகரியப் புன்னகை வழிந்தது.

'கண்டிப்பா இல்லீங்க...'

'பிறகு ஏன் எடையை குறைக்கவில்லை.'

'.....'

'எடை குறைக்க என்ன செய்ய வேண்டும் என்று தெரியாதா...'

'தெரியுங்க...   அளவான சாப்பாடு... நேரத்துக்கு தூக்கம்... உடல் பயிற்சி... அப்புறம் கொஞ்சம் சுறுசுறுப்பா இருந்தாலே போதுமே.' அவன் யோசிக்காமல் சொன்னான்.

'ஆக தெரிந்தும் செய்யவில்லை. சரி... செய்யாததற்கு என்ன காரணமாக இருக்கும்...'

'சோம்பேறித்தனம்தாங்க... கொஞ்சம் அலட்சியமும் கூட... சாப்பாடுலயும் கட்டுப்பாடு இல்ல... சபலம்... கொறைக்கணும்னு முயற்சி   எடுப்பேன்...   தொடர்ந்து   செய்யமாட்டேன்... விட்டுவிடுவேன்... விடாமுயற்சி இல்ல...' இதையும் யோசிக்காமல் சொன்னான்.

'ஒரு உளவியல் சொல்கிறேன்... மனிதன் எளிதில் மாறாததற்கு காரணம்... இருப்பது போலவே இருப்பதில் நமக்கெல்லாம் ஒரு சோம்பேறி சுகமிருக்கிறது. மாற்றத்திற்கான முயற்சி வலி கொடுக்கிறது.'

'.....'

'நாம் தொப்பையை குறைப்பது போல் சாதாரண விஷயம்தான் லட்சியத்தை அடைவதும்.

நாம் தொப்பையை குறைக்காததற்கு என்ன காரணமோ... அதே காரணம்தான்... லட்சியத்தை அடையாததற்கும்...'

வெடித்தது கரகோஷம்.

கிராமத் தலைவர் எழுந்தார்.

'வணக்கம் ஐயா...

பொதுவா பிள்ளைங்கள கண்டிக்கும்போது... நல்ல பழக்கம்... கெட்ட பழக்கத்த பத்தியெல்லாம் மேம்போக்கா சொல்லியிருக்கோம்... ஆனா அதுக்கு பின்னால வாழ்க்கைய தீர்மானிக்கிற மனோதத்துவம் இருக்கறத... புரிஞ்சிக்காம விட்டுட்டோம்.

நல்ல பழக்கத்த பத்தி சொன்னீங்க... கெட்ட பழக்கத்தை கூட விரும்பி தானே செய்யறோம். அப்போ அத எப்படி தவிர்க்கிறது.

தெரிஞ்சா நானும் சில கெட்ட பழக்கத்தை விட்டிடுவேன்.'

'நல்ல கேள்வி ஐயா. உங்களுக்கும் என் பதில் விரிவாக இருக்கபோகிறது.

நாம் விரும்புவதெல்லாம் நல்லதும் அல்ல... வெறுப்பது எல்லாம் கெட்டதும் அல்ல.

நம் செயல்களை விருப்பு வெறுப்பு தீர்மானிக்கக் கூடாது... நன்மை தீமைதான் தீர்மானிக்க வேண்டும்.

ஒரு செயல் செய்யப்போகும் முன்னர் நம் மனக்குரல் அதில் உள்ள நன்மை தீமையை எடுத்துச்சொல்லும்.'

'.....'

'ஓர் உதாரணம்.

ஒரு சர்க்கரை நோயாளிக்கு இனிப்புமேல் சபலம் இருக்கலாம்... இங்கே அவன் விருப்பமான சபலம் அவனுக்கும் நல்லதல்ல... அதை உண்பதற்கு முன் அவனது மனக்குரல் பக்கவிளைவுகளை பற்றி எச்சரிக்கும்.

அதைக்கேட்டும் மீறி இனிப்பை உண்டால் சர்க்கரை நோய் தொல்லைக் கொடுக்கும். கேட்டு தவிர்த்தால் உபாதை இருக்காது. விருப்பத்தைக் கண்மூடித்தனமாகச் செய்யக் கூடாது. அதில்

நன்மை இருந்தால்தான் செய்ய வேண்டும். அவன் இப்போது இனிப்பை உண்பதா வேண்டாமா என்று எடுக்கும் முடிவுதான் அவன் உடனடி ஆரோக்கியத்தை தீர்மானிக்கப் போகிறது.

ஆக அவன் ஆரோக்கியம் அவன் எடுக்கும் முடிவின் விளைவுதான். இப்படிதான் நாம் எடுக்கும் சின்னச் சின்ன முடிவுகள் எல்லாம் ஒட்டுமொத்தமாக நம் எதிர்காலத்தையே தீர்மானிக்கிறது...'

'ரொம்பத்தெளிவா சொல்றீங்க ஐயா...'

'இதுதான் காரண காரிய விதி... நாம் செய்யும் செயல்களின் விளைவாகத்தான் நம் வாழ்வின் நிகழ்வுகள் தீர்மானிக்கப்படுகிறது. இந்த விதிப்படிதான் பிரபஞ்சம் இயங்குகிறது...'

கவிஞர் இதைக் கடைப்பிடித்து நிரூபித்தவர். அவர் வாழ்க்கை ஒரு எடுத்துக்காட்டாக இருப்பதால்தான் அவர் வார்த்தைகள் அறிவுரையாக ஏற்கப்படுகிறது. நம்பமுடிகிறது.

அவர் தொடர்ந்தார்... 'எதைப் பற்றியும் கவலைப்படாமல் தன் மனக்குரலை மட்டுமே கேட்டு நடக்க வேண்டும் நண்பர்களே... சின்ன விஷயத்தில்கூட அந்தக் குரலை மதிக்க வேண்டும்.

அதிகாலை எழ நினைக்கும்போது இன்னும் கொஞ்சம் நேரம் தூங்கச் சொல்லும் சோம்பேறித்தனத்திற்குகூட இடம் தராத அளவிற்கு முழு நேர்மையாக இருக்க வேண்டும். உங்களை நீங்கள் சிறிதளவும் ஏமாற்றிக் கொள்ளக்கூடாது.

சாதிப்பவர்கள் தங்களை ஏமாற்றிக் கொள்வதில்லை...'

இரண்டொரு நிமிடத்திற்கு மௌனமானார். பின் மீண்டும் தொடங்கினார்.

'இயல்பாய் இருத்தலே வெற்றி.

இயல்புக்கு மாறாக... தனக்கு ஈடுபாடு இல்லாத செயலை செய்யும்போது... மனிதன் எவ்வளவு உழைத்தாலும்... பாடுபட்டாலும்... கஷ்டப்பட்டு தோல்விதான் அடைகிறான்... இதே

அவன் இயல்பாக... தனக்கு விருப்பமான நல்ல காரியங்களை செய்யும்போது சுலபமாக ஜெயிக்கிறான்.

உண்மையில் ஜெயிப்பது சுலபம்... தோற்பதுதான் கஷ்டம்.

நினைத்ததை அடைய முயற்சி செய்வது வலியாகத்தான் தோன்றும். அதுவும் வலிதான்.

முயற்சி கூட செய்யவில்லை எனில் குற்ற உணர்ச்சி அழுத்தும். இதுவும் வலிதான்.

இதில் எது நல்ல வலி...? எதை உங்களால் பொருத்துக் கொள்ள முடியும்?

நீங்களே முடிவு செய்யுங்கள்'

நடுநிசியை தாண்டியது பொழுது. புதுமண ஜோடியின் வித்தியாசமான முதலிரவு. லட்சியங்களை பற்றிய சிந்தனையிலே விடியக் காத்திருந்தது.

20

ஊருக்குள் ஆற்றின் ஒரு சிறிய கிளை. அதில் சத்யாவின் நண்பர்கள் நீச்சல் அடித்துக்கொண்டிருந்தனர். கரையில் கால் நனைத்தபடி ஓடும் நீரை வாங்கிக்கொண்டிருந்தனர் நிவேதிதாவின் தோழிகள்.

கவினின் புல்லாங்குழல் இசைக் கேட்டது. பக்கத்தில் ஒரு ஆலமரத்தடியில் அப்புவும் சத்யாவும் அவனை ரசித்துக் கொண்டிருந்தனர்.

'அம்மா... தப்பா நெனைக்காதீங்க... நீங்களே ஒரு டீச்சரா இருந்தும்... நீங்க கவின ஸ்கூலுக்கு அனுப்பி படிக்க வெக்கலையா...?' கவினுடன் இருந்த அவன் தாயை பார்த்துக் கேட்டான்.

சத்யாவின் முதல் கேள்வியே சரஸ்வதியிடம் இதுவாக இருக்குமென நிவேதிதா எதிர்பார்க்கவில்லை. அவன் கேட்ட தொனியில் இருந்த அக்கறை சரஸ்வதிக்கு புரியாமலில்லை.

'ஸ்கூலுக்கு அனுப்பலையே தவிர... தேவையான பொது அறிவும் கணக்கும் வீட்டுலயே சொல்லித்தறேன். நல்ல கருத்துக்கள தெரிஞ்சிக்க இப்ப திருக்குறள் சொல்லித் தந்திட்டு இருக்கேன்.

எப்படி மழை பெய்யுதுனு கேட்பான்... ஏன் வெய்யில் அடிக்குதுன்னு கேட்பான்... இதுக்கு பதில் சொல்லும்போதே வானிலைபத்தி பருவநிலைபத்தி சொல்லித்தருவேன்... நம்ம கிராமம் எங்க இருக்குனு கேட்பான்... பூகோலம் சொல்லித்தருவேன்... சுகந்திரதினம் ஏன் வருதுன்னு கேட்ப்பான்... தேவையான

வரலாற்றுடன் கொஞ்சம் அரசியலும் சொல்லி தருவேன்... ஏன் ஜுரம் வருதுன்னு கேட்ப்பான்... உடலைப்பற்றியும்... கைமருத்துவம் பற்றியும் சொல்லித்தருவேன்... இப்படி அன்றாட வாழ்வின் பல கேள்விகளுக்கு பதில் தேடினாலே உலகின் அடிப்படைகளை புரிந்துக் கொள்ளலாம்.

இப்படி தொடர் கேள்வி-பதில்கள் எந்த ஒரு விஷயத்தையும் நுனியில் இருந்து மூலம்வரை புரியவைக்கும்... இதுதான் நான் அனுகுகிற மாற்றுவழி கல்வி.

மற்றபடி அதிக பாடங்க அவன் மீது திணிக்கறதுல அர்த்தமில்ல... அவனுக்கும் அதுல விருப்பமில்ல... வீட்டிலிருந்தே படிக்கத்தான் விரும்பறான்.

அவனுக்கு இசைனா உயிரு... அப்படியே விருப்பம்போல விட்டுட்டேன்...'

நெகிழ்ந்தான் சத்யா. இப்படிப்பட்ட பெற்றோர்களைப் பார்ப்பது அதிசயம்தான். அவன் எதிர்பார்க்கும் உதாரணப் பெற்றோர் இவர்தான்.

அவரது கைகளைப் பிடித்து வணங்கினான்.

'அம்மா நீங்க செய்யற காரியம் சாதாரணக் காரியமில்ல.

ஓர் உயிருக்கு சுவாசம் எத்தன முக்கியமோ... ஒரு கனவுக்கு சுதந்திரம் அத்தன முக்கியம். உங்க பையனுக்கு நீங்க வெறும் சுதந்திரம் தரல... அவன் வாழ்க்கைக்கு உண்மையான அர்த்தம் தந்திருக்கீங்க...

சுதந்திரம் இல்லாத பிள்ளைகள் வெறும் சொன்னதை சொல்லும் கிளிப்பிள்ளையாகத்தான் வளர்றாங்க...'

'உண்மதான் சத்யா... ஒத்துக்கறேன்.

கல்வி சொல்லித்தர ஆசிரியர் பணியில இருந்தாலும்... எனக்கொரு வருத்தம் உண்டு... நான் ஆசிரியரா இருந்து தெரிஞ்சுகிட்ட ஒரு உண்மை... பல பிள்ளைகளுக்கு பள்ளிக்கு வரவே புடிக்கல... பாடத்திட்டம்... தேர்வு... மதிப்பெண் இதெல்லாம் கல்விய கசக்க வெக்குது.

கவின் போலவே வீட்டிலிருந்தே படிக்கலாம்... என்னவோ இங்க மட்டும் இல்ல... நகரங்களிலும்... வீட்டு கல்வி முறை... அதான் ஹோம் ஸ்கூலிங் (Home Schooling)... பிரபலம் ஆகல... இதை பற்றிய போதிய விழிப்புணர்வு இல்ல... இத தெரிஞ்ச சில பெத்தவங்களும் இத வரவேற்கறது இல்ல... நம்பறதும் இல்ல... இந்த முறைல கூட தேவைப்பட்டா பொது தேர்வு எழுதி... பள்ளிப் படிப்பு முடிச்சி... பட்டயப்படிப்பும் முடிக்கலாம்.

ஆனா... என்னைப் பொறுத்தவரை கல்வி என்பது அறிவுதான் சத்யா... வெற்று சான்றிதழ் இல்ல...'

'ஆமாங்க... நான் இன்ஜினியரிங் படிச்சி என்னத்தக் கண்டேன்... படிச்சது மெக்கானிக்கல்... வேலை செய்யறது கம்ப்யூட்டர்ல...

நம்ம துறைய தேர்ந்தெடுத்துட்டு... அதுல தொழில்பயிர்ச்சி எடுத்துக்கிட்டாலேபோதும் சம்பந்தமே இல்லாம எல்லாம் படிச்சா முடித்தான் கொட்டும்' தலையைத் துவட்டிக்கொண்டே சொன்னான் அரவிந்தன்.

'நம்ம கல்விக் கொள்கை வெற்றிய இலக்காக கொண்டிருக்கு... போட்டி மனப்பான்மையைதான் உண்டாக்குது...

ஒரே வகுப்பு... ஒரே பாடத்திட்டம்... எல்லாம் ஒரே மாதிரிதான் இருக்காங்க...

தனித்தன்மைய அழிக்குது. ஒரே பாடத்திட்டம் எப்படி எல்லாருக்கும் பொருந்தும். ஒரே சைஸ் சட்டையை எல்லாரும் போட முடியுமா?

பாரதிக்கு கணக்கு வராதுன்னு சொல்வாங்க... கணித மேதை ராமானுஜத்துக்கு ஆங்கிலம் வராதாம்... அப்ப நம்ம தராசுல அவங்க மக்கா?

இங்க மதிப்பெண்கள் குறைந்தாலே... தற்கொலைகள் நடக்குதுன்னா... கல்வினா என்னனே நாம சொல்லித்தரலையே...' கல்வித் திட்டத்தையே சரஸ்வதி கேள்விக் கேட்டுக்கொண்டிருந்தார்.

'இவன் என்னமா வாசிக்கிறான் பாரேன்... என்ன அழகு...' அதற்குள் கவினை சுற்றிக்கொண்டனர் நிவேதிதாவின் தோழிகள்.

கவின் எப்போதும்போல் தன்னை மறந்து வாசித்துக் கொண்டிருக்கிறான்.

வாசித்து முடித்தான். அவன் பக்கத்தில் நிவேதிதா இருப்பதை அவளது வாசனை வைத்து அறிந்தான். தன் கைகள் கண்களாக காற்றைத் துழாவி அவளைத் தொட்டுப் பார்த்தான். தன் கைகளிலிருக்கும் உணர்ச்சிகள்தானே அவனுக்குப் பார்வை. அவளை அன்பால் கண்டுகொண்டான்.

இத்தனை நாள் எதார்த்த வாழ்விலிருந்து நகர்ந்து ஒரு எந்திரத்தைப்போல் அலுவலகத்தில் கண்மூடி இருந்தோமே என்ற உண்மை அவளை இயற்கைக்கு முன்னால் பெரியதொரு நஷ்டப்பட்டவள்போல் உணரச் செய்தது. பார்வையின்றியும் இந்த உலகத்தை அழகாக பார்க்கும் கவினைக் கண்டு பெருமைப்பட்டாள்.

இன்று கவின் கண்களைவிட வேறு எதுவும் அழகாகத் தோன்றவில்லை அவளுக்கு. அவன் கண்களில் முத்தம் இட்டாள். இறுக அணைத்தாள். அவனோடு செல்லமானாள்.

'டேய் கவின் குட்டி... நீ வாசிக்கற இசை எவ்ளோ பெரிய விஷயம் தெரியுமா...'

'இதுல என்னக்கா இருக்கு... நான் எதையும் கஷ்டப்பட்டு செய்யலயே...'

'அது கஷ்டம்ணே தெரியாம செய்யற பாத்தியா இதுதான் உன் சிறப்பே...'

அவனை மாற்றி மாற்றி அணைத்து முத்தமிட்டுக் கொண்டிருந்தனர் தோழிகள்.

'இவனுக்கு யார் இசை சொல்லிதர்றாங்கமா...' சரஸ்வதியிடம் நிவேதிதா கேட்டாள்.

'யாரும் இல்லைங்க... அவனாதாங்க வாசிக்கிறான்...'

'எப்படிங்க யாரும் கத்து தராம அவனால இப்படி அற்புதமா வாசிக்க முடியுது...'

சத்யா நிவேதிதாவைப் பார்த்தான்.

'நான் சொல்றேன் நிவேதி.

முதல் முதல இசைய வாசிச்சவனுக்கு யார் கத்துத் தந்திருக்க முடியும் சொல்லு...'

'...'

'சில விஷயங்கள் உள்ளேர்ந்து வரும்... அத நோக்கி திரும்பணும்...'

'எல்லா திறமைகளுமே இப்படித்தான் இல்ல...'

'உண்மைதான்... கவினமாதிரி சிலபேருக்கு மட்டும்தான் அது இயற்கையா வெளியேவரும். கண்டுபிடிச்சு வளர்த்தாதான் பொதுவா எல்லாருக்கும் தனித்திறமை வளரும்...'

'இந்தப் பையன பாத்தா எனக்கு சந்தோஷமா இருக்கு சத்யா... தனக்கு என்ன வேணும்... என்ன வருங்கறதுல... தெளிவா இருக்கான்...' அரவிந்தன் பூரித்தான்.

'ம்ம்... எல்லாருக்குமே இந்தத் தெளிவு இருந்திருக்கக் கூடாதா...' சத்யா ஏங்கினான்.

21

நிவேதிதாவின் தந்தை கவிஞரோடு பேசிக்கொண்டிருந்தார். உழைக்க வேண்டிய வயதில் இவர்கள் வீணாக கனவுகளை துரத்துவது சரிவராது என்றார். திருப்பி அனுப்பிவிட சொன்னார். சத்யாவுக்கு ஒரு தொழில் வைத்து தருவதாகவும் திட்டம் வளர்த்தார்.

கவிஞர் சிரித்தார்.

'உங்கள் மனதை என்னால் படிக்க முடிகிறது.

நீங்கள் எந்த தோல்வி பயத்தை பார்த்து வாழ்க்கையில் சில முடிவுகளை எடுத்தீர்களோ... ஏன் அதே பயத்தை காட்டி உங்கள் பிள்ளைகளையும் முடிவு எடுக்க சொல்கிறீர்கள்?

ஏன் ஆசைப்படுவது எதுவுமே நடக்கவே நடக்காதென்று வாழ்க்கைமீது அவநம்பிக்கை வைக்கிறீர்கள்...? நினைத்தால் நடக்கும். இதுதான் பிரபஞ்ச ரகசியம்.

ஏன் நினைப்பது கூட இல்லை...?

எந்த ஒரு பெற்றோரும் தான் அடைய நினைத்ததை வாழ்க்கையில் அடைய முடியாமல்... அதுதான் வாழ்க்கை என்று சொல்லித்தருவது நியாயமே இல்லை.

அதுக்கு மாறாக... அவர்கள் தான் விரும்பிய வாழ்க்கையை வெற்றிகரமாக வாழ்ந்து காட்டி... பிள்ளைகள் தங்கள் லட்சியங்களை அடைய ஒரு நல்ல எடுத்துக்காட்டாக இருக்கக்கூடாதா...?'

கவிஞரின் கேள்விகள் அவரை அறைந்தது. குற்றவுணர்ச்சி கொண்டார். அழுவதற்கான மனநிலையில் இருந்தார். அவரது கல்லூரிக் காலத்தில் ஒவ்வொரு மேடையிலும் பாடிப் பெற்ற முதல் பரிசுகளை நினைத்துப் பார்த்தார். கைதட்டல்கள் தெரிந்தன. சப்தம் மட்டும் கேட்கவில்லை.

22

'நாங்க சென்னைக்கு கிளம்பறோம் சத்யா...'

நண்பர்கள் சொல்லிக்கொண்டனர்.

'இன்னும் கொஞ்ச நாள் இருந்துட்டு போலாமே... கவிஞர் சந்தோஷப்படுவார்...'

'அவர் சொல்றதெல்லாம் கேக்க நல்லாத்தான் இருக்கு... இப்ப இருக்கற வாழ்க்கைக்கே நேரம் சரியா இருக்கே... அப்பறம் எப்படி பிடிச்சதெல்லாம் இஷ்டப்படி செய்யறது...' அரவிந்தன் கேட்டான்.

'பிடிச்சத மட்டும் பண்ணா... பிடிச்சத முதல்ல பண்ணா... அப்ப மத்ததுக்கெல்லாம் நேரம் இருக்காது...'

'அப்ப சாப்பாடு... நாளைக்கு பிள்ளைங்க படிப்பு... பணத்துக்கு எங்க போகறது.,. கடமைகள செய்ய வேண்டாமா...'

அனேக நடுத்தர வர்க்கத்தின் கேள்வியை சந்தியா கேட்டாள். இந்தச் சலிப்பான கேள்வியில் அலுத்துப்போன விடையாகத்தான் இன்னும் பலரது வாழ்க்கை விளங்குகிறது.

'இதெல்லாம் நமக்கு கடமைகளா தெரியறப்போ... ஏன் கனவை மட்டும் தட்டிக் கழிக்கிறோம்... கனவும் கடமைதான்.

நல்லா கேட்டுகுங்க... குடும்பத்த காப்பாத்தறது நம்ம கடமைன்னா... நம்ம கனவ காப்பாத்தறதும் நம்ம கடமைதான்.

பொதுவா நாம குடும்பத்திற்காக உழைக்கறத மட்டும்தான் வாழ்க்கையாகவே பார்க்கறோம். அது குடும்பத்திற்காக செய்கின்ற பிரயத்தனம் தானே தவிர ஒருபோதும் அது நம்ம தனிவாழ்க்கை ஆகாது.

நாம வெறும் தியாகிகளாக வாழ்வது ஏன்? தியாகம் என்பது எல்லாவற்றிற்கும் பொருந்தும். ஆனால் கொள்கைக்கோ கனவுகளுக்கோ மட்டும் பொருந்தாது.

வெறும் காரணங்களையே தேடிட்டு இருந்தா எதுவும் செய்ய முடியாது.

நம்ம லட்சியம் பெரிசா இருந்தா... காரணங்கள் பெரிசா தெரியாது...'

பதில் எதுவும் வரவில்லை.

'சரி சத்யா... நாங்க கிளம்பறோம்...' அவனை தட்டிக்கொடுத்துவிட்டு எல்லோரும் விடைப்பெற்றனர்.

'நீங்க எப்போ வேணாலும் வரலாம்... ஆல் தி பெஸ்ட்...' நிவேதிதா புன்னகைத்தாள்.

23

அருவிக் கரையில் தனியாக அமர்ந்து சத்யா யோசித்து கொண்டிருந்தான்.

'என்ன சிந்தனை சத்யா?'

'வாங்க கவிஞரே...'

'என்ன... உன் நண்பர்கள் கிளம்பிப்போய் விட்டார்களா?'

'ஆமா... கொஞ்ச நாள் இருப்பாங்கன்னு நெனச்சேன்.

நீங்க சொன்னதெல்லாம் நல்லா இருக்குன்னு சொன்னாங்க...

ஆனா கிளம்பிட்டாங்க...

உங்களப் பார்க்க இந்த ஊருக்குள்ளேயும் நெறையபேர் வராங்க... ஆலோசன கேக்கறாங்க...

இருந்தும் ஏன் எல்லாருக்கும் இன்னும் தெளிவு வரல...'

கவிஞர் சிரித்தார்.

'பைத்தியங்களுக்கு ஏது சத்யா தெளிவு...?'

'பைத்தியமா...?'

'உத்து கவனித்தால் இந்த சமுதாயத்தில் நாம் எல்லோரும் பைத்தியங்கள்தான்... பணத்தின் மீது... புகழின்மீது... பெண்மீது... கலைமீது... இப்படி எல்லோருமே ஏதோ ஒருவகையில் பைத்தியம்.

இதில் வேடிக்கை என்னவென்றால் நாம் பைத்தியம் என்று நமக்கே தெரியவில்லை. காரணம்... நம் எல்லோருக்குமே பைத்தியம் பிடித்திருப்பதால் வித்தியாசம் தெரியவில்லை. எல்லாம் சரியாக இருப்பதாகவே தோன்றுகிறது.

பொருளாதாரத் தேவை நிறைந்த இந்த வாழ்வில் பெரும்பாலும் மனிதர்களுக்கு பணத்தின் மீது பைத்தியம். உலகத்தில் ஒரே மாதிரியான பைத்தியங்களுக்குள் ஒத்துப்போகிறது. அவ்வளவுதான்...'

விழித்தான் சத்யா.

'நாம் பைத்தியக்கார ஆஸ்பத்திரிக்குள் நுழைந்தால்... அங்கு இருப்பவர்கள் தங்களுக்குள் வித்தியாசம் இல்லாமல் தனி உலகத்தில் மகிழ்ச்சியாக வாழ்ந்துகொண்டிருப்பதைப் பார்க்கலாம். ஆனால் அவர்கள் கண்களுக்கு நாமதான் பைத்தியமாக தெரிவோம். காரணம்... அவர்கள் தேடல் வேறு... நமது தேடல் வேறு.

உண்மையில் இந்த உலகமே பைத்தியக்கார ஆஸ்பத்திரிதான்.'

'அப்போ லட்சியவாதிகளும் பைத்தியங்களா...?'

'ஆம்... தெளிந்த பைத்தியங்கள்...'

'நீங்களுமா...?'

'நீயும் தான்...'

மனிதர்களுக்கு அவர்களின் பார்வையில்தான் உலகின் அர்த்தம் கிடைக்கிறது.

சுய விழிப்புணர்வு என்பது சுயபரிசோதனை இருந்தால்தான் வரும். நாம் திறந்த மனதுடன் அனுபவங்களை உள்வாங்கும்போதுதான் அந்தப் புரிதல் பிறக்கும். முன்கூட்டியே அபிப்ராயம் என்பது எதன்மீதும் இருக்கக் கூடாது. மனிதன் சுயபரிசோதனை செய்ய நேரம் ஒதுக்குவதேயில்லை. அவன் செய்வதெல்லாம் பைத்தியக்காரத்தனம் தான்.

24

இரவு குடில் திரும்பினான்.

அவன் முகம் கழுவி கண்ணாடி பார்த்தான். அங்கு ஒரு பைத்தியம்தான் தெரிந்தது. கவிஞரின் பேச்சு அத்தனை உள்ளிறங்கியிருந்தது அவனுக்குள். நிவேதிதாவைப் பார்த்தான். அவளும் ஒரு பைத்தியமாகத் தெரிந்தாள்.

தனியே சிரித்துக் கொண்டான். இப்போது நிவேதிதாவுக்கு இவன் மட்டும் பைத்தியமாக தெரிந்தான்.

'சத்யா...'

'ம்ம்ம்...'

'என்ன யோசன...'

'இன்னைக்கு கவிஞரைச் சந்திச்சேன்... அவர் சொன்னத யோசிச்சுப் பார்க்கறேன். நெஜமாவே ரெண்டு மனுஷனுக்குள்ள ஒத்துப் போகணும்னா ஏதோ ஒண்ணு... ஒரு பொதுவான பைத்தியக்காரத்தனம் இருக்கணும் இல்ல...'

'அப்படியா... நமக்குள்ள ஒத்துப்போகுதே... என்ன பொதுவா இருக்கணும்னு நினைக்கிற சத்யா...'

'காதல்தான் நிவேதி... காதலுங்கற பைத்தியக்காரத்தனம் தான்...'

'ம்ம்...'

'உனக்கு மட்டும் என்மேல காதல் இருந்து... எனக்கு இல்லைன்னா... உன் காதல் அருவருப்பாதான் தெரியும்... எனக்கும் உன்மேல இருக்கறதாலதான் இந்தக் காதல் அழகா... எதார்த்தமா தெரியுது...'

நிவேதிதாவுக்கு நிஜமாகவே சத்யாமீது ஒரு பைத்தியம் உண்டு. அவளுக்கு காதல் பிடிக்க இந்த பைத்தியம்தான் காரணம். அவள் மனம் புன்னகைத்தது. அவள் சத்யாவைக் காதலிப்பதில் நாளுக்குநாள் அதிகப் பெருமைப் பட்டுக்கொண்டாள்.

'உண்மைதான் சத்யா... இது அப்பட்டமான உண்மை... நம்ம ரெண்டுபேருக்குமே காதல் பைத்தியம் புடிச்சிருக்கு... இந்த ஒரே பைத்தியக்காரத்தனம்தான் நம்மை சேத்து வச்சிருக்கு...'

காதலை என்னதான் சொல்லாமலே உணர்ந்து கொண்டாலும் காதலிப்பவர் சொல்லிக் கேட்பதென்பது கூடுதல் மகிழ்ச்சிதான். எதையுமே எதிர்பார்க்காமல் எதுவுமே இல்லை. காதல் குறைந்தபட்சம் காதலையாவது எதிர்பார்க்கிறது.

படுத்தும் உறக்கம் வராமல் கிடந்தான் சத்யா.

'நிவேதி...'

'ம்ம்...'

'தூங்கலயா...'

'இல்ல...'

'ஏன்...'

'தூக்கம் வரல... காதல் வருது...'

'அட...'

'நீ தூங்கலயா...'

'நீ மட்டுமா காதலிக்கற...'

காதலர்கள் அருகிலிருக்கும் போது வார்த்தைகள் பெரும் தடை. பேச்சு இடைவெளி இரண்டையும் குறைத்தான் சத்யா. இப்போது அவள் மொத்த முகமும் புன்னகைத்தது. புன்னகை என்பது வரவேற்கும் உடல்மொழி. அவளுக்கு எதுவும் பேச விருப்பமில்லை. மௌனம் என்பது எல்லா மொழிகளிலும் சம்மதம்தான் என்றாலும் காதல் மொழியில் மட்டும் பரிபூரண சம்மதம்.

இறுக அணைத்தாள். உச்சந்தலையில் ஒரு முத்தம் வைத்தாள். காதலுக்கே உரித்தான மின்சாரம் அவன் உடலில் இறங்கியது. மின்சாரத்தைக் கண்டுபிடித்தது எடிசனா... நிவேதிதாவா... யோசித்துக் கொண்டே கிரங்கிப் போனான். எந்த காதலனும் மின்சாரத்தை கண்டுபிடித்தது எடிசன் என்று ஒப்புக்கொள்ள மாட்டான். மின்சாரம் என்பது முத்தத்தில் கிடைப்பது... அதை ஒவ்வொரு முறையும் புதிதாய் கண்டுபிடிப்பது காதலிதான்.

வாய்மொழித் தேவையில்லாத தருணத்தில் அவளுக்கு ஒரு முக்கியமான சந்தேகம். இப்போது கேட்கப்படுவதுதான் இந்தக் கேள்விக்கு அர்த்தம் கூட்டும்.

'சத்யா...'

அவள் இதயத்தில் காது வைத்து படுத்திருந்தான்.

'சத்யா... இந்த உலகத்தில் ஆண் ரொம்ப அழகா... பெண் ரொம்ப அழகா...'

காதலர்கள் ஊடலில் இருந்தால் முத்தம் என்பது முற்றுப்புள்ளி. அவர்கள் சல்லாபத்தில் இருந்தால் அதே முத்தம் தொடக்கப்புள்ளி. காதலில் சரியான இலக்கணம் கிடையாது. ஆகவே எந்த தவறையும் இலக்கண வழு என்று சொல்லி நியாயப்படுத்தலாம். கேள்வி கேட்ட அவள் இதழ்களில் அடுத்தடுத்து முத்தம் வைத்துவிட்டு... தொடர்புள்ளிகளோடு தன் பதில் வாக்கியத்தை தொடங்கினான்.

'...வன்மையாக சொன்னால் ஆண்தான் அழகு. மென்மையாகச் சொன்னால் பெண்தான் அழகு. உண்மையைச் சொன்னா ரெண்டுபேருமே அழகு.'

'எப்படி ரெண்டுபேருமே அழகு...'

'கண்ணாடில முகம் பார்த்தா நம்ம முகம்தான் தெரியும். ஆனா... ஓர் ஆண் ஓர் பெண்கிட்ட முகம் பார்க்கும் போது... அவன்கிட்ட இல்லாதது தெரியும். ஓர் பெண் ஓர் ஆண்கிட்ட முகம் பார்க்கும்போது... அவள்கிட்ட இல்லாதது தெரியும்.

ஓர் இனத்தோட குறைய நிறையாக்குவதால... ஒருத்தர ஒருத்தர் பார்த்துக்கும்போது ரெண்டுபேருமே அழகு...'

நிவேதிதாவைப் பொறுத்தவரை சத்யாவால் மட்டும்தான் இந்த பதிலைச் சொல்லியிருக்க முடியும். அவன் மட்டும்தான் காதலன். இவள் மட்டும்தான் காதலி. இது மட்டும்தான் காதல். அப்படி ஒரு நிலையில் இருந்தாள்.

மௌனத்திலும்... முத்தத்திலும்... அணைப்பிலும்... பிணைப்பிலும் கழிந்தது பொழுது. வளர்ந்தது காதல்.

வானம் நீலமாகவும் பூமி பச்சையாகவும் இருப்பதற்கு புதிய அர்த்தம் கிடைத்தது. நீலநிற ஆசைகளில்தான் பச்சையான பாசங்கள் எல்லாம் தன்னை அழகு பார்த்துக் கொள்கின்றன.

25

அதிகாலை.

குயில் கூச்சல்... எழுந்திருக்கப்போகும் சூரியன்... தூங்காத சத்யா நிவேதிதா.

இன்றைய விடியலில் எல்லாவற்றிலும் நிவேதிதாவின் பார்வையில் ஒரு நாணம் இருந்தது. சத்யாவின் பார்வையில் ஒரு நிறைவு இருந்தது. இருவரின் மனமும் உணர்வும் ஊக்கமேறியிருந்தது உறுதி.

'சத்யா...'

அவன் தலையணையில் சாய்ந்திருந்தான்.

'சொல்லு நிவேதி...'

இவள் அவன் தோளில் சாய்ந்திருந்தாள்.

'காதல ஒரு ஆக்கப்பூர்வமான சக்தியா உணர்றேன்...'

'இதையேதான் நானும் நினைக்கிறேன்... காதல் இயற்கையில் தலையாய அற்புதம்...'

'நேத்து ராத்திரி நான் வாழ்க்கைல உச்சத்துல இருந்ததா உணர்றேன்...'

'சரிதான் நிவேதி... என் ஐம்புலன்களும் ஒரே புள்ளியில் இருந்தன... ஒரு மோன நிலை... லட்சியத்தை அடைய இதே நிலைதான் தேவ...'

மீண்டும் சத்யா சத்யாவானான். அவன் லட்சியத்தோடு இந்த அனுபவத்தை ஏதோ ஒரு விதத்தில் கலக்கிறான்.

'ஐம்புலன்களும் ஒன்று திரண்டு ஒரு புள்ளியில நிற்கற அந்த மனநிலைதான் நிவேதி... ஒருமுகமானது.

இப்படியோர் ஒருமுக மனநிலைல முழு கவனமும் ஒரு செயல்ல செலுத்தினா... அதிக விளைச்சல் கிடைக்கும்...'

'.....'

'ஆனா... நம் மனம் நம் கட்டுப்பாட்டுல இல்லாம செய்யும் செயல்கள் எல்லாமே... சபலத்தால தூண்டப்படும் மயக்கத்தின் செயல்கள். மனதை கட்டுப்படுத்தி செய்யும் செயல்கள் எல்லாமே... வைராக்கியத்தால தூண்டப்படும் கவனத்தின் செயல்கள்.

இங்க காதல் ஒரு மயக்கச்செயல்... லட்சியம் ஒரு கவனச்செயல்... இரண்டும் நேர் எதிரானது'

அவள் இன்னமும் மயக்கமாகத்தான் இருந்தாள். அவன் கவனமாகவேதான் இருந்தான். விட்டுவிட்டு சிந்தித்து ஆனால் சிந்தனையை விட்டப்பிறகு தொடர்ந்துப் பேசினான்.

'நிவேதி... இந்த காதல் உணர்வை... நல்ல உணர்வை... ஆக்கப்பூர்வமா பயன்படுத்துவதே வெற்றி... நேர்மறையா பயன்படுத்தத் தெரியணும்...'

'.....'

'கல்யாணமாகி இல்லற வாழ்வில் இருந்த மகான்கள்கூட கர்ப்பம் தரிப்பதற்காக மட்டும்தான் உடலுறவு வெப்பாங்க. அதிலும் அவங்களுக்கு இருக்கும் உயர் லட்சியம்... ஒரு உயிர இந்த பூமியில பிறக்க வெச்சு அதன் ஆன்ம முன்னேற்றத்துக்கு வழிகாட்டி வளர்ப்பதுதான். இத ஒரு சேவையா செய்வாங்க. குழந்தைப் பொறந்த அப்பறம்... தங்களோட காம சக்திய வீணடிக்கமாட்டாங்க. காம சக்திய ஆன்மீக சக்தியா பண்டுமாற்றம் செய்து உயர்ந்த செய்கைகளுக்கு மட்டும்தான் பயன்படுத்துவாங்க.

ஐம்புலன்களும் ஒரு புள்ளியில கட்டுக்கடங்காம வெளிப்படுவதுதான் காதல் கிளர்ச்சி. ஐம்புலன்களையும் கட்டுப்படுத்தி உள்முகமா திரும்புவதுதான் லட்சிய முயற்சி.

சராசரி மனிதர்களுக்கு கூட காதல் கிளர்ச்சி முடிகிற இடத்துல லட்சிய முயற்சி தொடங்கும். பெரும்பாலும் குடும்ப வாழ்க்கைல இருக்கிறவங்கள பாரு... குழந்தைகள பெத்து முடிச்ச நடுத்தர வயசுலதான்... வாழ்க்கைல உயரணும், செல்வம் சேர்க்கணும்ங்கற எண்ணங்கள் எல்லாம் இயற்கையாவே மேலோங்கும். ஏன்னா அந்த வயசுல இயற்கையாவே ஒரு அளவுக்கு காமசக்தி ஊக்க சக்தியா பண்புமாற்றம் அடையுது...'

'...ம்ம்... லட்சியவாதி இப்ப தத்துவஞானி ஆகிட்டியா...'

'எல்லாம் உன் காதலாலதான்...'

பேசுவதை விட்டு சிந்தித்தான். இப்போது மீண்டும் பேசினான்...

'ஒரு உண்மைய சொல்லவா நிவேதி...'

இவன் சொல்வதை அவள் கேட்காமலா இருக்கப்போகிறாள்?

'நேத்து ராத்திரி... நம் ஐம்புலன்களும் ஒரே சீர்ல இருக்கும்போது ஒரு பிரார்த்தனை பண்ணேன் தெரியுமா...'

'.....'

'இளமையில எல்லாருக்கும் ஒரு நல்ல காதல் வாய்க்கணும்... அது அவங்க கனவுக்கு ஊக்கமா இருக்கணும்... எப்படி காமமும் பசியும் உடம்ப ஆளுதோ... அதுமாதிரி காதலும் லட்சியமும் மனச ஆளணும்...'

26

இப்போதெல்லாம் காலையில் தேநீர் தயாரிக்கும் வேலை நிவேதிதாவுடையது. சமையலிலும் உதவுகிறாள். பிச்சைத்தாத்தா அவள்மீது பாசமாகவே இருக்கிறார். அவள் அன்பில் கிடைக்கின்ற ஓய்வை ரசிக்கவே செய்கிறார்.

ஒருநாள் அவரது குடிலுக்கு சென்றிருந்தபோது அவர் தாவரங்களை தடவிக்கொடுத்து ஏதோ முணுமுணுத்துக் கொண்டிருந்தார்.

அவள் அருகில் சென்று காது கொடுத்தாள்

'என்ன தாத்தா செடிகளோட பேசிட்டு இருக்கீங்க...?'

'வாம்மா... என் பேச்ச கேக்குதுங்க... அதான் பேசறேன்...'

'எப்படி தாத்தா செடிங்க பேச்சு கேட்கும்...'

'இந்தா இத பிடி... இத உங்க முற்றத்துல வச்சி வள...'

அவள் கையில் ஒரு முள்ளில்லா ரோஜா செடி தொட்டியைக் கொடுத்தார் பிச்சை தாத்தா.

'எப்படி தாத்தா... முள் இல்லாம...'

'நீ ஒட்டுச்செடி கேள்விபட்டிருக்கியா...'

'கேள்விபட்டிருக்கேன்... ஆனா செடிகளோட பேசறத கேள்விபட்டதில்ல...'

'ம்ம் நான் இத கவிஞர் ஐயாகிட்ட கத்துக்கிட்டேன்...'

கவிஞர் ஒரு அரியவகை கள்ளிச்செடியை வைத்து வளர்க்கிறார். அது முள்ளில்லாத கள்ளிச்செடி. பொதுவாக இது

பாலைவனத்தில் வளரும் தாவரம். தனக்கு மிருகங்களாலும் வழிப்போக்கர்களாலும் ஆபத்து வராமல் காத்துக்கொள்ள அதில் முட்கள் தோன்றுவது உண்டு. இது இயற்கையான சூழலின் தன்மைக்கேற்ப நிகழ்வது.

இதை முதன்முதலில் லூதர் பர்பாங்க் (Luther Burbank) என்னும் தாவரவியல் விஞ்ஞானி மாற்றி அமைத்திருக்கிறார். அவர்தன் தோட்டத்தில் கள்ளிச்செடியை வளர்த்த விதம் அற்புதமானது. தினம் அதனோடு அன்பாக பேசுவாராம்.

'செடியே நீ இப்போது பாலைவனத்தில் இல்லை. உனக்கு எந்த ஆபத்தும் இல்லை. பிறகு ஏன் நீ முள் வளர்த்துக் கொள்கிறாய்... தேவையில்லை. உனக்கு எந்த ஆபத்தும் நேராமல் நான் உன்னை பராமரிப்பேன்...' பல ஆண்டுகள் இப்படி அவர் பேசி வளர்த்த பயிற்சியின் விளைவுதான் முற்கள் இல்லாத கள்ளி வகை.

தோட்டக்கலையில் இரண்டு வகை தாவரங்களை ஓட்டுப்போட்டு மேம்பட்ட ஒரு புதியவகையை உருவாக்குவது உண்டு. இதில் ஒரு வகை தாவரத்தில் மேலோங்கியிருக்கும் நல்ல அம்சங்களை இன்னொரு வகை தாவரத்திற்குள் புகுத்தப்படுகிறது. அப்படி உருவான புதிய வகையில் புதிய அம்சங்கள் தோன்றியிருக்கும்... விரும்பத்தகாத அம்சங்கள் நீங்கியிருக்கும். இது தோட்டக்கலை தொழில்நுட்ப வளர்ச்சியின் சாதனை.

'என்னதான் தோட்டக்கலை தொழில்நுட்பம் வளர்ந்திருந்தாலும்... புதிய அம்சங்களை புகுத்துவதில் தவிர்க்க முடியாத ஒரு உக்தி... தாவரத்திடம் அன்பு காட்டுதல்...' என்கிறார் லூதர் பர்பாங்க்.

உண்மையில் தாவரங்கள் மனித இனத்திற்கும் முன்தோன்றிய இனம். சொல்லப்போனால் மனிதனைவிட மரபு தொடர்ச்சியில்

அதிகம் ஆழ்ந்துக் கிடப்பவை தாவரங்கள்தான். அவற்றின் குணங்களும் தன்மைகளும் கூட ஆழ்ந்து படிந்திருக்கும். மனிதனைவிட தன் தன்மைகளை... குணங்களை... மாற்றிக் கொள்வது செடிகளுக்குத்தான் கடினம். ஒரு தாய்ச்செடியில் தன்மைகளை மாற்றியமைத்து விட்டால் அதன் குழந்தைச்செடியிலும் அதன் மாற்றம் தொடரும்.

'வளர்த்த விதத்தில்... அன்புகாட்டி... மாற கடினமான தாவர இனத்தையே மரபு மாற்றம் அடையச் செய்ய முடியுமானால்... ஏன் மனிதனால் மாற முடியாது...?' என்பதுதான் மானுத்தைப் பார்த்து... அந்த விஞ்ஞானியின் கேள்வி. மனித இனத்தை மனிதச் செடிகள் என்றுதான் அவர் இட்டு அழைக்கிறார். சிறுவயது முதலே கொடுக்கப்படும் அறிவுரையும் பயிற்சியும் நிச்சயம் மனிதனின் மரபு குணங்களை மாற்றி அமைக்கும் என்பது அவர் தீர்க்க தரிசனம். அந்த மாற்றம் அடுத்த சந்ததியில் பிறக்கும் குழந்தைகளிலும் தொடரும்.

இந்த விஞ்ஞானியின் முறையால் கவரப்பட்டு கவிஞர் முள்ளில்லாத வகை கள்ளிச்செடியைத் தேடி. தன் தோட்டத்தில் வளர்த்து வருகிறார்.

இப்படிதான் ஒட்டுவகை ரோஜா செடிகளோடு பேசி பிச்சை தாத்தா முள்ளில்லாத ரோஜா செடிகளை வளர்த்திருக்கிறார்.

குடில் திரும்பினாள் நிவேதிதா. பிச்சை தாத்தா தந்த ரோஜா செடி தொட்டியை தன் முற்றத்தில் வைத்து இதழ்களை தடவிக்கொண்டிருந்தபோது... அதன் பக்கத்தில் ஒரு முள்ளில்லாத கள்ளிச்செடி தொட்டியை வைத்தான் சத்யா.

'என்ன சத்யா... கவிஞரை பார்த்துட்டு வரியா...?'

இந்த தற்செயலான நிகழ்வில் நிவேதிதாவுக்கு ஆச்சர்யம்.

'ஆமா... உனக்கு எப்படித் தெரியும்...'

'நான் பிச்சை தாத்தாவ பாத்துட்டு வரேன்...'

சத்யா கனவுகாணும் மனித இனத்தின் மாதிரிகள்போல இருந்தன அந்த ஜோடி தொட்டிகள்.

'உங்க அப்பா முன்னரே வந்து இவரை பார்த்திருக்கலாம். இவரை பத்தி என்கிட்ட சொல்லாமயே போயிட்டார்...' சத்யாவின் தாய் அந்த செடியில் ஒரு மலரை எடுத்து நிவேதிதாவிடம் கொடுக்க சொன்னார்.

பகுதி

3

பதில்

சரியான பதில் கிடைத்தப் பிறகு..
கேள்விகளே இருக்காது

பதிலுக்கான தவமே வாழ்க்கை...

நிறைந்தவர்கள் தெளும்புவதில்லை.

27

காலம் ஒரு பெரிய கடவுள். அது பெரிய தவம் செய்கிறது.

அந்த வலிமையால்தான் காலத்தை யாராலும் வெல்ல முடிவதில்லை. காலத்தை மதிப்பவனுக்கு அது பெரிய சேவகன். காலத்தை அலட்சியம் செய்பவனுக்கு அது பெரிய துரோகி.

சத்யாவும் கவிஞரும் தனியாக அமர்ந்து இயற்கையை தியானித்துக் கொண்டிருந்தனர். இயற்கையின் மௌனத்தில் ஒரு தவ வலிமை இருப்பதாக உணர்ந்தனர்.

தன் மனதின் அதிர்வுகள் காலத்தின் அதிர்வுகளோடு இழையாமல் பெரிய வெற்றிகள் பெறுவதற்கில்லை என்பதை நம்பினான் சத்யா. இயற்கையோடு மனம்விட்டு பேசினான். தன் எண்ணங்களை ஒப்புவித்தான். தன் கனவுப் பணிக்கு இந்த பிரபஞ்சத்தின் துணையை வேண்டினான்.

நிமிர்ந்து வானத்தைப் பார்த்து... பின் கவிஞரைப் பார்த்தான்.

'கவிஞரே... நம்ம முதல் சந்திப்புல என் கனவை பத்தி சொன்ன போது... அது பெரும்பாலும் பலிக்காதுன்னு சொன்னீங்க... ஏன் அப்படி சொன்னீங்க?'

'எப்படி பலிக்கும் சத்யா? அடுத்தவர்களை மாற்றுவது அவ்வளவு எளிதா?

சொல்வதும் சொல்லித்தருவதும் எளிது.

செய்வதும் செய்யவைப்பதும் கடினம்.

அன்றே உனக்கு இதை சொன்னால் புரிந்திருக்காது. இன்று நீ பெருமளவு மாறியிருக்கிறாய். இந்த மாற்றத்திற்கு நீ மேற்கொண்ட மன ஒழுக்கம் அத்தனை எளிதல்ல.

அன்று வேகம் மட்டும் இருந்தது. இன்று விவேகம் இருக்கிறது.

மனிதன் இரண்டு விதமான தடைகளை தாண்டித்தான் கனவை அடையவேண்டும்.

முதலில் அவனுக்கு அவனே தடையாக இருப்பான். அவன் தன்னை முழுவதும் நம்புவது இல்லை. செயலில் இறங்க துணிச்சல் வருவதில்லை.

இன்று நீ முதல் தடையை தாண்டி இருக்கிறாய்.

இந்த சமூகம் அடுத்த தடையாக இருக்கும். புரிந்துக் கொள்ளமாட்டார்கள். புரிந்தாலும் ஒத்துழைப்பு இருக்காது. ஏனென்றால் அவர்கள் தன் முதல் தடையை தாண்டியிருக்க மாட்டார்கள்.

இந்த இரண்டையும் தாண்டுவது அசாதாரணம். அதனால்தான் எல்லோருக்குமான உன் கனவு பெரும்பாலும் பலிக்காது என்று நான் சொன்னேன்.

இதற்கெல்லாம் உன்னால் தீர்வு காண முடியுமா?'

சத்யா மௌனமாக இருந்தான்.

'அதற்கும் மேலாக நான் ஒரே ஒரு கேள்வி கேட்கிறேன். அந்த கேள்விக்கு உன்னால் சரியான பதில் சொல்ல முடிந்தால்... ஒரு நாள் நிச்சயம் உன் கனவு பலிக்க தொடங்கும்.'

சத்யா அவரை கவனமாக பார்த்தான்.

'கேளுங்கள் கவிஞரே...'

'எப்படி எல்லோருடைய கனவும் ஒரே சமயத்தில் பலிக்கும் சத்யா? பலர் ஒரே பொருளுக்கு ஆசைப்பட்டால்? ஒரே பெண்ணுக்கு...

ஒரே பதவிக்கு... ஒரே வாய்ப்பிற்கு... ஒரே நிலத்துக்கு... இங்குதானே போட்டியும், பொறாமையும் தொடங்குகிறது?'

மூச்சை ஆழமாக உள்ளிழுத்து வெளியே விட்டான் சத்யா.

இதயத்தின் மீது கைவைத்தான்.

'இந்த பிரபஞ்சத்துக்கு ஒரு திட்டம் இருக்கு... அதை நிறைவேற்றிக்கொள்ளும் வகைலதான் நம்ம ஒவ்வொருவருக்கும் கனவுகளோ கடமைகளோ இருக்கும். எல்லாருக்குமான பங்கு இந்த பிரபஞ்சத்துல இருக்கு. இயற்கையோட நாம இழைந்தால் நமக்கான பங்குக்கு மட்டும்தான் ஆசைபடுவோம். இழையாமல் போனால் அடுத்தவங்க பங்குக்கும் ஆசைப்படுவோம்.

பெரும்பாலும் நாம இயற்கையோட இழையாமல் இருப்பதால்தான் இங்கு முரண்பாடு இருக்கு. போட்டி... பொறாமை எல்லாம்.

இயற்கையோட இழைந்து... இயல்பாக இருந்தா... ஒருவர் பங்கை மற்றொருவர் எடுக்க முடியாது. எல்லாருடைய கனவும் நிச்சயம் கைக்கூடும்.

இது பிரபஞ்சத்தின் மீது சத்தியம்.'

கவிஞர் சத்யாவை அணைத்துக் கொண்டார்.

'இந்த தெளிவுதான் இனி உனக்கு பலம். நீ சத்தியத்தை பிடித்துக் கொண்டு திடமாக நின்றுக்கொண்டிருக்கிறாய்'

'ஆமா கவிஞரே இது நீங்க கொடுத்த தெளிவு.

இப்படி இயற்கையோட இழைந்து வாழும் போது... பேராசை இருக்காது... அத்தியாவசிய தேவை மட்டும்தான் நம்மை ஊக்குவிக்கும்...

பணத்தின் மீது மோகம் வராது... முன்னேற போட்டிகள் இருக்காது. வாழ்வின் இயல்பேயே ஒட்டி வாழ்வோம்... அமைதியும் மகிழ்ச்சியும்தான் நம்மை ஆளும்...'

'இது போதும் சத்யா... இனி நீ வென்றாலும் தோற்றாலும் அது உன்னை பாதிக்காது.

விளைவுகளை இயற்கையிடம் விட்டுவிட்டு... அதில் அதிக எதிர்பார்ப்பை வைக்காதே... அது எப்படி வேண்டுமானாலும் முடியலாம்.

முயற்சி என்பது மட்டும் நிறைவு பெற்றாலும் சரி... தொடர்ந்து கொண்டிருந்தாலும் சரி... அது வெற்றிதான்.'

சத்யா புன்னகைத்தான்.

'சரி இப்போது சொல்... எப்படி எல்லோரையும் கனவை நோக்கி திருப்பப் போகிறாய்?'

28

மீண்டும் ஓர் இரவு சத்யாவுக்கு தூங்காமலே விடிந்தது.

மனம் என்பது பிரபஞ்சத்தின் ஒரு சிறிய துண்டு. மனதிலிருக்கும் எந்த ஒரு நேர்மையான கனவையும் காலத்தால் நிராகரிக்க முடியாது.

விடியவிடிய தியானம் செய்தான்.

சத்யாவிற்குள் பல கேள்விகள் பல பதில்கள். அதில் சிறந்த ஒரு பதிலை தேர்ந்தெடுக்க அமைதி தேவைப்பட்டது. அந்த அமைதிக்காக தியானம் செய்தான்.

பதில் கிடைத்தது. தியானம் முடித்தான்.

தன் குடிலின் முற்றத்திலிருந்து வானத்தை நிமிர்ந்து பார்த்துக் கொண்டிருந்தான். ஒவ்வொரு மனிதனுக்கும் வானம் ஒவ்வொரு உயரத்தில் தெரிகிறது. உண்மையில் நம் கை நீளும் உயரத்தில்தான் நமக்கான வானம் இருக்கிறது.

'வானம் மிகவும் விஸ்தாரமானது சத்யா... ஒரு செயல்வீரனின் வைராக்கியத்தைப் போல்...' இது கவிஞரின் குரல். நம்ப முடியாமல் திரும்பிப் பார்த்தான் சத்யா. உண்மையில் கவிஞர்தான்.

'வாங்க கவிஞரே... இப்ப... அதுவும் நீங்களே வந்திருக்கீங்க...' அவர் சத்யாவை பார்க்க வந்திருப்பது இதுதான் முதல்முறை என்பதால் மெல்லிய அதிர்ச்சி.

'வரவேண்டும்போல்... உன்னைப் பார்க்கவேண்டும் போல் உணர்ந்தேன்... வந்தேன்...'

'இது நீங்க தியானம் பண்ற நேரமாச்சே... அதான்...'

'நாம் ஒரு இடத்தில் அமர்ந்திருப்பது மட்டும் அல்ல தியானம்... ஒரே எண்ணத்தில் ஒன்றிக்கிடப்பதும் தியானம் தான்...'

'கேட்க சந்தோஷமா இருக்கு கவிஞுரே...

கவிஞுரே... இன்னைக்கு தியானத்துல ஒரு பதில் கிடைச்சிருக்கு.

இந்த மலைத்தோட்டத்தை சிந்தனை பள்ளிக்கூடமாக அறிவிச்சா என்ன?'

கவிஞர் புன்னகைத்தபடி நிவேதிதாவை பார்த்தார்.

'ஆச்சர்யமா இருக்கு சத்யா...'

'ஏன் நிவேதி...'

'நானும் கவிஞரும் இப்பதான் பேசிட்டு இருந்தோம்... எனக்கும் இதேதான் தோனிச்சு... சொன்னேன்... அவரும் அதயேதான் சொல்ல வந்தார்...'

சத்சங்கத்தைப்போல் ஒரு பலம் கடவுளுக்கே கிடையாது. பலர் ஒரே எண்ணத்தில் ஒரே இடத்தில் கூடுவது என்பது மனிதனின் வீரியம். நல்ல முயற்சிகளை தனித்துச் செய்யாமல் கூடிச் செய்வது பல மடங்கு முயற்சியாகும். இந்த உலகில் குழந்தைகளின் கூட்டாஞ்சோறு விளையாட்டு முதல் ஞானிகளின் கூட்டுப் பிரார்த்தனை வரை எல்லாமே சத்சங்கம்தான். இந்த சிந்தனைப் பள்ளிக்கூடமும் ஒரு சத்சங்கம்தான்.

'தொடங்குவோம் சத்யா. இங்கு என்ன சிந்திப்பது என்பதை அல்ல எப்படிச் சிந்திப்பது என்பதை பழக்கிதர வேண்டும்.'

சத்யா அவர் கால்களில் விழுந்து வணங்கினான். அவர் கைகளைப் பிடித்தான்.

'சரி கவிஞுரே... நாம தொடங்கும் சிந்தனை பள்ளியில... உங்க படைப்புகளை பாடமாக்க சம்மதம் தேவை...'

கவிஞர் கண்களை மூடி... ஆழ்ந்து... திறந்தார்.

'இதைவிடச் சிறப்பாக என் படைப்புகளை மக்கள் பயன்பாட்டிற்கு கொண்டுவர முடியாது சத்யா... நான் மனித மனத்தின்... மனித வாழ்வின்... மேலாண்மை பற்றிதான் இத்தனை நாள் கருத்து தியானம் செய்து வந்துள்ளேன். ஒரு நிறைவு கிடைக்கிறது இப்போது. சத்யா உனக்கு நான் நன்றி சொல்ல கடமைப்பட்டிருக்கிறேன்.'

'கவிஞரே என்ன இது... நீங்க எங்க வழிகாட்டி... நாங்கதான் உங்களால பயன் அடையறோம்...'

கவிஞர் வாழ்விலும் அவர் கனவு பூரணமாக இப்போது நிறைவேறப் போகிறது. சத்யாவின் முயற்சியில் இவரது இத்தனை நாள் தியானப் பொழுதுகள் ஒன்று திரண்டதைப் போல் இருந்தது.

'அடுத்து என்ன சத்யா...'

'இந்த இறையூர் கிராமத்த தத்தெடுக்கணும்... ஒரு மாதிரி கிராமமாக மாத்தணும்'

'எந்த மாதிரி?'

'சிந்தனைப் பள்ளிக்கூடம் மூலமா இங்க ஒரு புது கலாச்சாரத்த உருவாக்கணும்...'

'என்ன கலாச்சாரம்?'

'நீங்க சொன்னது தான்... எல்லாரும் மனக்குரலை கேட்டு நடக்கணும்...

அதுவே சமுக சூழலாகணும்...

அப்பதான் மனத்தடை... சமுகத்தடை... இரண்டும் நீங்கும்.

நீங்க சொல்லுவீங்களே... நாம நல்லா இருக்க பக்கத்துல இருக்கறவனும் நல்லா இருக்கணும்ணு... சமுகம் ஒரு கூட்டு குடும்பம் மாதிரினு...

பெரிய வேலைதான் இது... ஆரம்பிக்கணும்...

எல்லாரையும் கடைப்பிடிக்கவெக்க ரொம்ப காலம் எடுக்கலாம்...'

'சிறப்பு சத்யா... சமூகசூழல்... சரியாக சொன்னாய்.

ஒரு சமூகச்சூழல் என்பது கிட்டத்தட்ட வாழ்க்கையின் சட்டமாக அமைந்து விடுகிறது. பிடிக்கிறதோ இல்லையோ தப்பிக்க முடிவதில்லை.

நீ வேறோரு நாட்டில் பிறந்திருந்தால்... உன் தாய்மொழி... வானிலை... சாப்பாடு... வழிப்படும் தெய்வம் முதற்கொண்டு எல்லாமே மாறியிருக்குமே சத்யா.

ஆக மனிதன் மீது நிர்பந்தமாகிவிடுகிற முதல் அமைப்பே சமுதாயம்தான். முதல் கருவியே கலாச்சாரம்தான். ஒரு பகுதியில் சில சக்திவாய்ந்த தனிமனிதர்களால் ஏற்றுக்கொள்ளப்பட்ட கொள்கைகள்... கருத்துக்கள்... ஒன்றிணைந்து காலப்போக்கில் அந்தப் பகுதியில் அதுவே ஒரு கலாச்சாரம் ஆகிவிடுகிறது. பிறகு அந்த கலாச்சாரமே வழிவழியாக அங்கு பிறக்கும் மனிதர்களின் பழக்கவழக்கம்... சிந்தனை எல்லாவற்றையும் நிர்ணயிக்கின்றது.

என்றோ ஒரு சில தனிமனிதர்கள் வகுத்த கலாச்சாரம் வேறு சில தனிமனிதர்களால் ஏற்றுக்கொள்ள முடியாமல் போவதுண்டு. நல்ல கலாச்சாரம்கூட காலப்போக்கில் மருவிப் போவதும் உண்டு. அங்குதான் சிந்தனையில் மீண்டும் ஒரு மறுமலர்ச்சி பிறக்கிறது. கலாச்சாரத்தில் திருத்தங்களும்... புதிய கலாச்சாரமும் அப்போது தோன்றுகிறது. இதை தவிர்க்க முடியாது சத்யா.'

'ரொம்ப சரி கவிஞரே... ரொம்ப சரி... கலாச்சாரம் தானே ஒருவனின் சிந்தனை... செயல்... எல்லாத்தையும் தீர்மானிக்கிற ஜீவ தத்துவம்...'

'உண்மை. பெரிய பெரிய சாதனையாளர்கள்... தலைவர்கள்... ஞானிகள்... இவர்களை உற்று கவனித்தால் எல்லோருமே அவர்களின் லட்சியத்தை அடைகின்ற போக்கில் சமகாலத்தில் இருந்த கலாச்சாரத்தை சற்று மாற்றவே செய்திருக்கின்றனர்.

இப்போது மீண்டும் ஒரு மறுமலர்ச்சி தேவை.'

29

முகிலனின் நிலம்.

'நானும் வேலைய விட்டுட்டேன்...'

சத்யா திரும்பி பார்த்தான்.

'டேய் அரவிந்... நியா...? நம்பவே முடியல... எப்போ வந்த... என்ன இன்ப அதிர்ச்சியெல்லாம் தர...'

'அவன் கொஞ்சம் உடம்பு இளைத்திருக்கும் போதே... தெரியவேண்டாமா... மனசு மாறிட்டான்னு...' நிவேதிதா சிரித்தபடிக் கேட்டாள்.

சத்யாவின் திருமணம் முடிந்து சென்னை சென்றதிலிருந்து அரவிந்தனுக்கு தினமும் கண்ணாடி பார்க்கும் போதெல்லாம் கவிஞரின் குரல்தான் கேட்டிருக்கிறது.

'நாம் தொப்பையை குறைப்பது போல் சாதாரண விஷயம்தான் லட்சியத்தை அடைவதும்...

உண்மையில் ஜெயிப்பது சுலபம்... தோற்பதுதான் கஷ்டம்...

நினைத்ததை அடைய முயற்சி செய்வது வலியாகத்தான் தோன்றும். அதுவும் வலிதான்.

முயற்சி கூட செய்யவில்லை எனில் குற்ற உணர்ச்சி அழுத்தும். இதுவும் வலிதான்.

இதில் எது நல்ல வலி...? எதை உங்களால் பொருத்துக் கொள்ள முடியும்?

நீங்களே முடிவு செய்யுங்கள்'

கவிஞரின் கருத்துக்கள் எப்போதும் ரீங்காரம் இடவே... மீண்டும் புறப்பட்டு கிராமத்துக்கு வந்துவிட்டான்.

'இன்னொரு இன்ப அதிர்ச்சி வேணுமா சத்யா...'

'உடனே சொல்லு அரவிந்த்...'

'நாங்க இங்க "பசுமை தொழில் நிறுவனம்" ஒண்ணு தொடங்கலாம்ன்னு இருக்கோம்...'

'நாங்கனா?'

'நான் - நிவேதிதா - முகிலன்'

சத்யாவுக்கு உண்மையிலேயே இது இன்ப அதிர்ச்சி தான்.

உழுதுக்கொண்டிருந்த முகிலன் அருகில் சென்றான் சத்யா.

'சத்யா... உங்கள சந்திக்க... என் நிலத்துக்கே வர சொன்னது... இதுக்குதான்...'

'ரொம்ப நன்றி முகிலன்... என் திருமணத்துக்கு உங்க மண்ணை பரிசளித்த போது... ஒன்னும் புரியல... இன்னைக்கு கூட யோசிச்சேன்.'

'ஆமா சத்யா... கவிஞர் சொன்ன அந்த கதை... இப்ப நிஜம் ஆகியிருக்கு.

தரிசா இருந்த என் நிலத்த சுத்தம் செஞ்சு... உழ ஆரம்பிச்சதுமே... என் குடும்ப பிரச்சனை எல்லாம் மாயமா குறைய ஆரம்பிச்சது...

நாம எங்கையோ செய்யற ஒரு நல்ல செயல்... வேற எங்கையோ ஒரு நல்லத செய்யுது பாருங்களேன்...'

'உண்மைதான்... நாம ஒரு விஷயத்துல செய்யற முயற்சி... வேற விஷயத்துல கூட பலன் தரும்னு கவிஞர் சொல்லியிருக்காரு முகிலன்...'

'இந்த நிலத்துல செய்யபோற பசுமை தொழிலுக்கு மட்டும் இல்ல... வேற எந்த உதவி வேணும்னாலும்... எங்க அப்பா கிராம பஞ்சாயத்து மூலமா செய்யறேன்னு சொல்லியிருக்காரு...'

'நல்ல செய்தி முகிலன்...' அவன் கைகளை பிடித்தான்.

'பசுமை நிறுவனத்துல என்ன பண்ணபோறீங்க...'

'விவசாயம்... அத சார்ந்த சில பண்ணைத் தொழில்கள் சேர்த்து செய்யணும்...

இங்க நிலம் இருக்கு... விவசாயிங்க இருக்காங்க... விளைச்சலையும் வியாபாரத்தையும் முறைப்படுத்தணும்... நலிந்த விவசாயிகளுக்கு வேலைவாய்ப்புத் தரணும்.'

'இத விட நல்லச் செய்தி இருக்கா அரவிந்த்... அருமை.

இந்த பசுமைத் தொழிலைப்போல் சோறுபோடும் தொழிலை காப்பாத்தணும்.

இதுதான் நம் பழமை... இதுதான் நம் எதிர்காலமும்.

இனியும் தகவல் தொழில்நுட்பம் சார்ந்த தொழில் மட்டுமே வளர்ச்சி அடைஞ்சா நல்லதுக்கு இல்ல... கொஞ்சம் நிறுத்தி வைப்போம்.

பசுமைத்தொழில் பக்கம் திரும்புவோம்... இதுல சுற்றுபுறம் கெடாம நல்லா இருக்கும்... மனுஷனும் கெடாம இருப்பான்...'

'இது நல்லா இருக்கே...'

'இப்படியே விட்டா... ஒரு நாள் வரும்... அன்னைக்கு தொழில் நுட்பத்தின் வளர்ச்சி எந்த அளவுக்கு இருக்கும்னா... மனிதன் மனிதனுடன் பேசுவதே இருக்காது... கருவிகளோடுதான் அதிகம் பழகுவான்... அன்று மனிதன் வெறும் முட்டாளாக இருப்பான்.'

'என்ன சொல்ற...'

'நான் சொல்லல... இத ஒருமுறை விஞ்ஞானி ஆல்பர்ட் ஜன்ஸ்டின் சொல்லியிருக்காரு... நம்பமுடியுதா...'

'இத ஒரு விஞ்ஞானியின் எச்சரிக்கையா எடுத்துக்கணும்...'

'சரியா சொன்ன...'

'ஆனா சத்யா... இப்படி சாப்ட்வேர் துறைய மொத்தமா குறை சொல்கிறோமே... கம்ப்யூட்டர் வந்தபிறகு எல்லா துறையிலும் பெரிய புரட்சி பண்ணியிருக்காங்களே.'

'என்னதான் இருந்தாலும் இது செயற்கைதானே... எல்லா செயற்கைப் பயன்பாட்டிற்கும் தகுந்த பக்க விளைவு இருக்கும்... அது உடனே தெரியாம இருக்கலாம்... ஆனா நிச்சயம் உண்டு...'

'என்ன சொல்ற...'

'கம்ப்யூட்டர் துறைல நாமதான் முதல் தலைமுறை. எல்லாம் டிஜிட்டல் மயமாகி... இப்ப அதிகமா மொபைல் கருவியோடு பழகற முதல் தலைமுறையும் நாமதான்... நமக்கு ஒரு ஐம்பது வயசு ஆகும்போதுதான்... இந்த வாழ்க்கை முறையால் என்ன என்ன புது நோய்கள் வந்திருக்குன்னு தெரியும்... இந்தத் தலைமுறையின் ஆபத்து இது.'

'....'

'நீங்க தொடங்கற பசுமை நிறுவனம் இதுக்கு மாற்றா இருக்கும்...'

'ஆனா சத்யா... இத சின்ன அளவுலதான் தொடங்கறோம்... பெரிசா ஒன்னும் இல்ல...'

'இது போதும் அரவிந்த்... சிறு – குறு தொழில்தான் இனி வளரணும்... இது எல்லா பகுதிகளிலும் சமமா வளரணும்...

அதுதான் அந்தந்த பகுதிக்கு நிலையான வாழ்வாதாரம் தரும்.

பெரிய பெரிய கார்பொரேட் நிறுவனத்துல (தொழிற்சாலைல) என்ன சிக்கல்னா... உற்பத்திய பெருக்க இயற்கை வளங்கள் ஒரேடியா ஒரேபகுதில சுரண்டுவாங்க.

வேலைவாய்ப்பு கிடைக்குமே தவிர... பூமி சீர்கெட்டுபோகும்... இயற்கை சீற்றம் வரும்... புதுப்புது தொற்றுநோய்கள் உலகம் பூரா பரவலாம்.

இந்த அசுர வளர்ச்சி பார்க்குற துறைகளுக்கு பல மடங்கு லாபம் சம்பாதிப்பதுல மட்டும் தொலைநோக்கு இருக்கு... மனித மகிழ்ச்சியின் தரத்திலும் ஆரோக்கியத்திலும் அக்கறையில்லை...'

'சத்யா...'

'ஆமா அரவிந்த்... இயற்கை வழி வாழ்க்கை... இதுக்குத்தான் இப்போ அவசர முக்கிய தேவை இருக்கு...'

'ம்ம்ம்...'

'இந்தியாவை விவசாய நாடாகத்தான் அடையாளம் கண்டோம்... இப்போது முக்கியத்துவம் மாறுது... இப்படியே விட்டா... வரும் தலைமுறைகள்ல ஒரு கிலோ அரிசியின் விலை ஆயிரங்கல தொடும். ஒரு நாட்டுல அத்தியாவசிய உணவு விலை அதிகமா இருந்தா... அது தப்பான வளர்ச்சி...

நாம விவசாயத்த கண்டிப்பா செய்யணும்... சொல்லப்போனா மனிதன் செய்த முதல் தொழில் விவசாயம்தான்...

உலகத்தோட வலது கை... விவசாயம்தான்...'

'சத்யா...'

'நீ பசுமை நிறுவனம் ஆரம்பிக்கிற முடிவு எனக்குப் பிடிச்சிருக்கு அரவிந்த்... பசுமைத் தொழில்ல உடல் சோர்வு அடையலாம்... மனம் சோர்வு அடையாது.

மனம் சோர்வடைஞ்சா... நமக்குள்ள இருக்கிற கலை... தனித்திறமை வெளிய வராது. ஆக... மனச பாதுகாத்தாதான்... வாழ்க்கைய பாதுகாக்க முடியும்.'

லேசாக மழை தொடங்கியது. இது வானத்தின் வாழ்த்து.

முகிலனுக்கு உதவியாக அப்பு மாடு மேய்த்துக் கொண்டிருந்தான். நிலத்தில் விழுந்த மாட்டின் சாணம் சிறந்த முதலீடாக தெரிந்தது நிவேதிதாவுக்கு.

30

உதிக்கத் தொடங்கியது சூரியன்.

இன்று முதல் கவிஞுரின் மலைத்தோட்டம்... புதிய சிந்தனைப் பள்ளிக்கூடம் – 'தியானாலயம்'.

மெல்லிய காலைப்பொழுதில் அதிக கூட்டம் இல்லாது... ஒரு மௌனம் கலந்த... தனித்திருக்கும் விஸ்தார கோவிலைபோல் அமைந்திருந்தது. இங்கு மதங்களோ சடங்குகளோ கடைப்பிடிக்கப்படப் போவதில்லை. உணர்வு மட்டுமே முன்னிருத்தப்படும். சுவற்றில் கவிஞுரின் சிந்தனைகள் எழுதப்பட்டிருக்கின்றன.

ஆங்காங்கே சிலர் தியானத்தில் ஈடுபட்டிருந்தனர். அப்பு முதல் வரிசையில் அமர்ந்திருந்தான்.

'மனக்குரல் கடவுளின் குரல்...

அதன்படி நடப்பது அவர்

சொன்ன பேச்சைக் கேட்பது போல்...'

இதுதான் அங்கு செய்யப்பட்ட முதல் தியானம். புதிய கலாச்சாரத்தின் முதல் கொள்கையே மனிதன் இயல்பாய் இருக்க எந்த செயலையும் பிரக்ஞையுடன் செய்ய வேண்டும் என்பதுதான்.

கவிஞுருக்கு தன் கண்களின் கொள்ளளவைத் தாண்டிய பெரியதோர் காட்சி இது.

சத்யா நிவேதிதாவுக்கும் இது வெறும் காட்சியல்ல... அவர்கள் காண நினைத்த எதிர்காலம்.

என்ன நிகழ்கிறதென்பதை புரிந்துகொள்ள முடியாவிட்டாலும் மகிழ்ச்சியைப் புரிந்துகொண்டிருந்தான் கவின்.

கவிஞர் தானும் சிறுவர்களோடு தியானத்தில் அமர்ந்தார். பக்கத்தில் பிச்சை தாத்தா, அரவிந்த்.

சத்யா... நிவேதிதா... கவின்... மூவரும் கிளம்பினர். அருவிக்கரையை அடைந்தனர்.

நீண்ட தூரம் கடந்து வந்த ஒரு லட்சியப் பயணத்தின் இளைப்பாறல் இருந்தது அந்தச் சூழலில்.

நிவேதிதாவுக்கு நன்றிசொல்ல சத்யாவிடம் வார்த்தையில்லை. அவள் நன்றிசொல்ல வேண்டிய உறவுமில்லை. தன் மகிழ்ச்சியை வெளியில் சொல்ல அவளுக்கும் இயலவில்லை. இவன் சொல்லிப் புரியவைக்க வேண்டிய உறவுமில்லை.

ஒரு நிலையில் கிடந்தது பொழுது.

அவளது கைகளைப் பிடித்துக் கிட்ட இழுத்தான். அவள் கண்களை இவன் கண்களால் ஒற்றிக்கொண்டான்... பின் நெற்றியில் ஒரு முத்தமிட்டான். அது முத்தமல்ல... இவனுக்கு கிடைத்த நிம்மதியை கொடுக்கிறான்.

இவர்கள் ஜெயித்த காதலும் ஜெயிக்கத் தொடங்கிய கனவும்தான் இந்த நொடி.

கவின் வாசிக்கத் தொடங்கினான். அவர்கள் அடைந்த மகிழ்ச்சிக்கு ஏற்ற பின்னணி இசை கவினின் இசையைவிட வேறெதுவாகவும் இருக்க முடியாது. இயற்கை அல்லவா தன் கையில் எடுத்து கவினை வாசித்துக் கொண்டிருந்தது.

'சத்யா... கவனிச்சியா... உனக்கே தெரியாம அரவிந்த் மூலமா... உங்க அப்பாவோட கனவை நிறைவேத்த தொடங்கிட்ட...'

சத்யா கண்களில் ஆனந்த ஈரம்.

'உங்க அப்பா இருந்திருந்தா ரொம்பவே சந்தோஷப்பட்டிருப்பார் இல்ல...'

'வருவார் நிவேதி'

'.....'

'மீண்டும் வாழணும்போல இருக்குன்னு சொன்னார்... தன் தாயோட கருவறையிலிருந்து புதுசா பொறந்து வந்து... மீண்டும் இதே வாழ்க்கைய சரியா வாழணும் போல இருக்குன்னு சொன்னார். செய்த தப்பயெல்லாம் திருத்திக்கிட்டு... எடுத்த தப்பான முடிவுகளெல்லாம் மாத்திக்கிட்டு... மீண்டும் ஒருமுறை முதலிலிருந்து வாழணும்போல இருக்குன்னு சொன்னார்.'

'சத்யா'

'ஆமா நிவேதி... இன்னைக்கு அவரது பிறந்த நாள்...'

முடிவுரை

இந்த பூமி ஒத்த எண்ணம் கொண்ட பலரை உடையது என்றபோதும் அவர்களை ஒருவருக்கொருவர் அறிமுகமில்லாது பிரித்துப் போட்டிருக்கிறது. ஒருவனுடைய எண்ணத்தைக் கலைக்கவும் நிறைவேற்றவும் வெவ்வேறு சக்திகள் இயங்கிக்கொண்டுதான் இருக்கின்றன. கனவுக்கு கைகொடுக்கும் சக்தியையைவிட கலைத்துவிடும் சக்தி அதிகமாக இருப்பதுதான் இந்த வாழ்க்கை விளையாட்டின் சுவாரஸ்யம். தன்னை தடுக்கும் எதிர்சக்திகளையெல்லாம் வெல்பவன்... தனக்கான தன் கனவுக்கு கைக்கொடுக்க காத்துக் கொண்டிருக்கும் மனிதர்களை சந்திக்கிறான்... தன் எண்ணம்போல் வாழ்கிறான்... இதுவே உண்மையான வெற்றி.

சத்யா நிவேதிதா பயணப்படாவிட்டால் கவிஞர்... கவின்... முகிலன்... சரஸ்வதி... அப்பு... இவர்களை சந்தித்திருக்க மாட்டார்கள். அவன் கனவு பலிக்க தொடங்கியிருக்காது. ஆக அவன் எடுத்த முடிவுதான்... அவனுக்கு தேவையான மனிதர்களை சந்திக்க வைத்திருக்கிறது. அரவிந்தையும் இங்கே ஈர்த்திருக்கிறது. இந்த பொதுநோக்கத்திற்கு உதவத்தான் அவர்களும் சமூக நோக்கத்தோடு இருந்திருக்கின்றனர். இவனுக்கு உதவியதில் அவர்களுக்கும் பயனே. பிரபஞ்ச திட்டங்கள் இப்படித்தான் எண்ணப்படி மனிதர்களை பிணைத்து விடுகின்றது.

சிலருக்கு இந்தச் சந்திப்பு நிகழ்வதில்லை. அதற்கு அவர்கள் எடுக்கின்ற முடிவுகள்தான் காரணம். முயற்சியின் பலம் அதிகம் இருந்தால் பலன் சீக்கிரம் கிடைக்கிறது. சிலருக்கு முயற்சி செய்துகொண்டிருக்கும்போதே வாழ்க்கை தீர்ந்துவிடுகிறது. அதுவும் வீணல்ல... எடுத்த முயற்சி அவருக்கு புதிய வாழ்க்கையில் கைக்கொடுக்கும். மனித வாழ்க்கையின் அடித்தளத்தில் நிரந்தரமாக இருக்கக்கூடிய மகிழ்ச்சி என்பது

ஒன்று மட்டும்தான். அது தன் மனக்குரலைக் கேட்டு... விளைவுகளைப் பற்றி பயன்கொள்ளாமல்... அதன்படி நடக்க எடுக்கப்படும் முயற்சிதான்.

காலம் காத்திருக்கிறது. நாம்தான் சென்றடைய வேண்டும்.

குறிப்புகள்

குறிப்புகள்